D1771590

கிளியோபாட்ரா

முகில்

முகலாயர்கள், யூதர்கள், செங்கிஸ்கான், ஹிட்லர்: சொல்லப்படாத சரித்திரம், பயண சரித்திரம், உணவு சரித்திரம், கிறுக்கு ராஜாக்களின் கதை போன்ற குறிப்பிடத்தகுந்த வரலாற்று நூல்களை எழுதியுள்ளார். ஜே.பி. சந்திரபாபு, எம்.ஆர். ராதா - ஆகிய இரண்டு மாபெரும் திரைக்கலைஞர்களின் வாழ்க்கையைப் பதிவு செய்துள்ளார். இந்தியாவின் சமஸ்தானங்களை ஆண்ட மகாராஜாக்களின் வாழ்க்கையைச் சொல்லும் ‘அகம், புறம், அந்தப்புரம்’ என்ற இவரது மாபெரும் நூல் பலத்த வரவேற்பைப் பெற்றது. முழு நேர எழுத்தாளர். புத்தகம், தொலைக்காட்சி, சினிமா ஆகிய தளங்களில் இயங்கி வருகிறார்.

ஆசிரியரின் பிற நூல்கள்

வரலாறு

முகலாயர்கள் - பாபர் முதல் பகதூர் ஷா வரை
செங்கிஸ்கான் - மங்கோலியப் பேரரசரின் சரித்திரம்
யூதர்கள் - வரலாறும் வாழ்க்கையும்

கிளியோபாட்ரா

முகில்

கிழக்கு

கிளியோபாட்ரா
Cleopatra
by Mugil ©

First Edition: November 2010
168 Pages
Printed in India.

ISBN: 978-81-8493-582-0
Title No. Kizhakku 568

Kizhakku Pathippagam
177/103, First Floor,
Ambal's Building, Lloyds Road,
Royapettah, Chennai 600 014.
Ph: +91-44-4200-9603
Email : support@nhm.in
Website : www.nhm.in

Author's Email: writermugil@gmail.com

Cover Image: Shutterstock

Inside Image: Wikimedia

Kizhakku Pathippagam is an imprint of New Horizon Media Private Limited

This book is sold subject to the condition that it shall not, by way of trade or otherwise, be lent, resold, hired out, or otherwise circulated without the publisher's prior written consent in any form of binding or cover other than that in which it is published and without a similar condition including this the rights under copyright reserved above, no part of this publication may be reproduced, stored in or introduced into a retrieval system, or transmitted in any form or by any means (electronic, mechanical, photocopying, recording or otherwise), without the prior written permission of both the copyright owner and the above-mentioned publisher of this book.

அன்புடன்
என் சகிக்கு

உள்ளே

	வரைபடம்	/	08
1.	கி.மு. (கிளியோபாட்ராவுக்கு முன்)	/	09
2.	தந்தை தால்மி	/	16
3.	இள அரசி	/	28
4.	காதலன், வயது 52	/	45
5.	இருபத்து மூன்று காயங்கள்	/	72
6.	வாரிசு	/	92
7.	காதலன், வயது 42	/	101
8.	மயக்கம்	/	118
9.	இறுதி யுத்தம்	/	127
10.	விஷம்	/	136
11.	கிளியோபாட்ரா - ஒரு பார்வை	/	153
	உதவியவை	/	163

ரோம், எகிப்து வரைபடம்

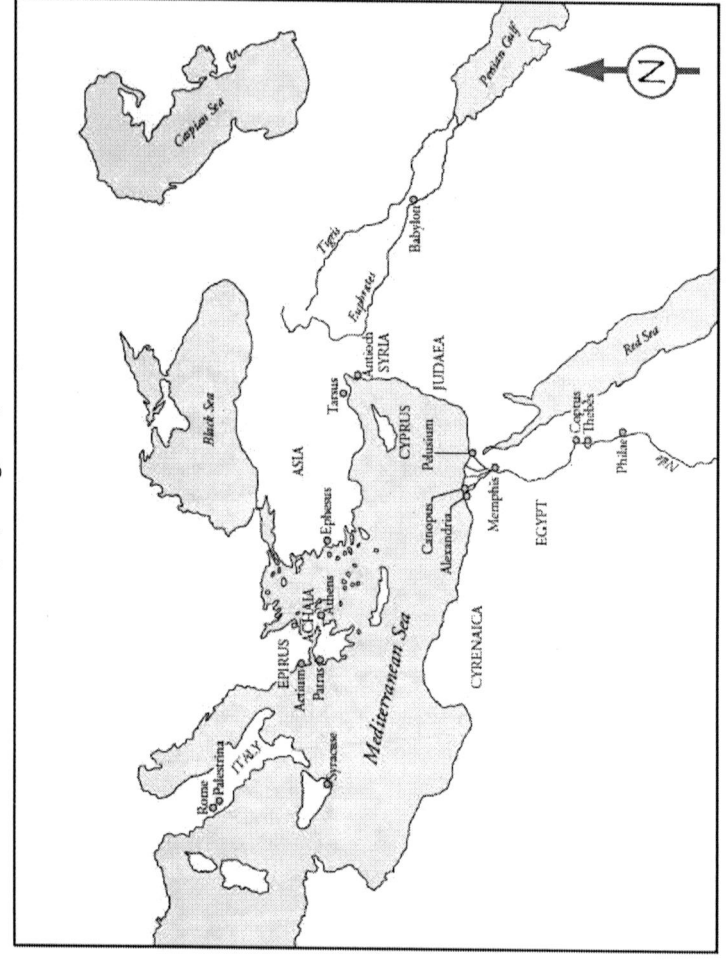

1. கி.மு. (கிளியோபாட்ராவுக்கு முன்)

'அலெக்ஸாண்டர் இறந்துவிட்டார்.'

கூடாரத்தில் இருந்து வெளியே வந்த தளபதி முதலாம் தால்மி சோடர் (Ptolemy I Soter), கவலையுடன் கூடியிருந்த கிரேக்க வீரர்களிடம் அந்தத் துயரச் செய்தியைப் பகிர்ந்து கொண்டார். வீரர்கள், தாங்கள் வீரர்கள் என்பதை மறந்து கண்ணீர் சிந்த ஆரம்பித்தார்கள்.

அலெக்ஸாண்டரின் ஏழு மெய்க்காப்பாளர்களில் ஒருவரான தளபதி தால்மியின் மனத்துக்குள் பேரரசர் சொன்ன கடைசி வார்த்தைகள் மட்டும் மீண்டும் மீண்டும் ஒலித்துக் கொண்டிருந்தன. ஒரு வாரத்துக்கும் மேல் கடும் காய்ச்சலில் அவதிப் பட்டுக் கொண்டிருந்த அலெக்ஸாண்டரை ஒவ் வொரு நாளும் கவனித்து வந்தவர் தால்மி. அதற்கு மேல் தாங்காது என்று அவரது உள்மனம் சொல்லி யது. மனத்தைச் சமாதானப்படுத்திக் கொண்டு, மிகுந்த தயக்கத்துடன் அந்தக் கேள்வியை தால்மி, அலெக்ஸாண்டரின் காதுகளுக்கு அருகில் சென்று கேட்டார்.

'உங்களுக்கு அடுத்து ஆளப் போகும் வாரிசாக யாரை அறிவிக்கப் போகிறீர்கள்?'

கண்ணைத் திறந்து பார்த்து பதில் சொல்லும் நிலையில் அலெக்ஸாண்டர் இல்லை. இருந்தாலும் அவரது உதடுகள் தெளிவாக, அழுத்தமாக அந்த வார்த்தைகளை உச்சரித்தன.

'அனைத்திலும் சிறந்த ஒருவனை!'

உலகை வெல்ல வேண்டும். அனைத்து நாடுகளையும் தன் காலடியின் கீழ் கொண்டு வரவேண்டும் என்பதுதான் கிரேக்க மாவீரர் அலெக்ஸாண்டரின் லட்சியம். தன் சொந்த மண்ணான மாஸிடோனியாவிலிருந்து (தற்போதைய கிரீஸின் வடக்குப் பகுதி) படைகளுடன் கிளம்பிய அலெக்ஸாண்டர், எகிப்து, பாபிலோனியா, பாரசீகம், ஆப்கானிஸ்தான், இந்தியாவின் பஞ்சாப் வரை படையெடுத்து வந்து பல வெற்றிகளுடன் திரும்பினார் (கி.மு. 334ல் தொடங்கி கி.மு. 323 வரை). வழியில் பாபிலோனியாவில் அவரது இறுதி நிமிடம் நிகழ்ந்தது.

தான் வென்ற பகுதிகளைத் தன் சார்பாக நிர்வகிக்க நிர்வாகிகளை நியமித்திருந்த அலெக்ஸாண்டருக்கு முறையான வாரிசு இல்லை. அவருக்குப் பின் யார் என்ற கேள்விக்கும் தால்மியால் சரியான பதிலைப் புரிந்துகொள்ள முடியவில்லை. அனைத்திலும் சிறந்த அந்த ஒருவன் யார்?

ஏன் அது நானாக இருக்கக்கூடாது?

•

தால்மியும் அலெக்ஸாண்டரைப் போல் மாஸிடோனியாவைச் சேர்ந்தவர்தான். அலெக்ஸாண்டரைவிட பதினொரு வயது மூத்தவர்*. அலெக்ஸாண்டரது பால்ய காலம் முதலே அவருடன் பழகியவர். அப்போதிருந்தே சிறந்த நண்பராகவும் ஆலோசகராகவும் விளங்கியவர். கி. மு. 336ல் அலெக்ஸாண்டர் மாஸிடோனியாவின் அரசரான போது, தால்மி அவரது தளபதியானார்.

உலகை வெல்லப் புறப்பட்டு அலெக்ஸாண்டர் அடைந்த வெற்றிகளில் தால்மியின் பங்களிப்பும் முக்கியமானது. பல போர்களில் தால்மியின் வியூகங்கள் அலெக்ஸாண்டருக்கு வெற்றி தேடிக் கொடுத்தன. பலமுறை அலெக்ஸாண்டரை ஆபத்துகளிலிருந்து காப்பாற்றியிருக்கிறார். சிந்து நதியின் தெற்குப் பகுதியைக் கடக்கும்போது தால்மியின் மீது விஷ அம்பு பாய்ந்தது. அவர் அவ்வளவுதான் என்றிருந்த சூழலில், அலெக்ஸாண்டர் விரைந்து வந்து அந்த விஷத்தை முறிக்கும் மருந்து கொடுத்து தம் உயிர் நண்பரை மீட்டெடுத்தார்.

எல்லா சமயங்களிலும் போர் உதவாது. போரில் அடைந்த வெற்றியைத் தக்க வைத்துக் கொள்ள எதிரிகளோடு திருமண

---

* தால்மி கி. மு. 367ல், அலெக்ஸாண்டர் கி. மு. 356ல் பிறந்தார்கள்.

உறவு வைத்துக் கொள்ளுதல் அவசியம் என்று அலெக்ஸாண்டர் கருதினார். எனவே அவர் தன்னால் தோற்கடிக்கப்பட்ட பாரசீக அரசர் மூன்றாம் டேரியஸின் மகளான ஸ்டேடிராவைத் திரு மணம் செய்துகொண்டார். பாரசீகத்தில் சுஸா என்ற இடத்தில் அது நடந்தது. கூடவே தன்னைச் சார்ந்தவர்களுக்கும் பாரசீக உயர்குடிப் பெண்களுக்கும் (கலப்புத்) திருமணங்கள் செய்து வைத்தார். அதில் ஒரு மாப்பிள்ளை தால்மி. அவர் பாரசீக அரசவைப் பிரமுகரான அர்டாபாஸஸ் என்பவரது மகள் அர்டாகாமாவை மணம் புரிந்துகொண்டதன் மூலம் 'ராஜ குடும்ப' அங்கீகாரத்தை அடைந்தார்.

•

'அடுத்து என்ன செய்யலாம்? யாரை வாரிசாக அங்கீகரிக்கலாம்?'

அலெக்ஸாண்டரின் முக்கிய தளபதிகள், ஆலோசகர்கள் கூடி விவாதித்தார்கள். எல்லாம் வல்ல தலைவன் இறந்த பிறகு, அங்கே ஒற்றுமைக்கு இடம் இருக்குமா என்ன? ஆளுக்கொரு கருத்து சொன்னார்கள்.

'பேரரசரின் மனைவி ராக்சேன் கர்ப்பமாக இருக்கிறாரல்லவா. அவருக்கு ஆண் குழந்தை பிறந்தால் வாரிசாக அறிவித்து விடலாம்.'

'அப்படிப் பார்த்தால் பேரரசரின் மகன் ஹெர்குலிஸ் இருக் கிறாரே. அவரது அங்கீகாரமில்லாத மனைவி பர்ஸைனுக்குப் பிறந்தவர்.'

'இரு பெண்களும் மாஸிடோனியர்கள் இல்லை. அந்தத் திருமணங்கள் எல்லாம் உரிய அங்கீகாரத்துடன் நடக்கவில்லை. அவர்களையெல்லாம் முறையான வாரிசாகச் சொல்ல முடியாது.'

நீண்ட நேர விவாதத்துக்குப் பிறகு ஒரு முடிவுக்கு அனைவரும் உடன்பட்டனர். அலெக்ஸாண்டரின் சகோதரரான அர்ரிடே யஸை*, அரசர் மூன்றாம் பிலிப்பாக அங்கீகரிக்கலாம் என்று. அவர் பெயருக்கு அரசராக இருக்கட்டும். அரசரின் பிரதிநிதியாக (Regent) தளபதி பெர்டிகாஸ் நிர்வாகத்தைக் கவனித்துக்

* அலெக்ஸாண்டரின் தந்தை அரசர் இரண்டாம் பிலிப்புக்கும், பிலிப்பின் ஆசைநாயகி பிலின்னாவுக்கும் பிறந்தவர்.

கொள்ளட்டும். அலெக்ஸாண்டர் கைப்பற்றிய நாடுகளை எல்லாம் ஒரே குடையின் கீழ் ஆட்சி செய்யும் திறனெல்லாம் யாருக்கும் நிச்சயம் கிடையாது. எனவே அவரது முக்கிய தளபதிகளாகிய நாம், ஆளுக்கொரு நாட்டின் கவர்னராக இருந்துகொண்டு நிர்வாகத்தில் பெர்டிகாஸுக்குத் தோள் கொடுப்போம்.

அப்படிப் பங்கு போட்டதில் செழிப்பான தேசமான எகிப்தின் கவர்னர் பொறுப்பை தால்மி எடுத்துக் கொண்டார். பாபிலோனியாவிலிருந்து எகிப்துக்கு விரைந்தார். ஆயிரம்தான் அலெக்ஸாண்டர் எகிப்தைக் கைப்பற்றியிருந்தாலும், அங்கே 'அலெக்ஸாண்ட்ரியா'* என்ற நகரை நிர்மாணித்து எகிப்து மக்களின் மனத்தில் இடம்பிடித்திருந்தாலும், எகிப்தியர்களுக்கு தால்மி அந்நியரே. அவரை ஆட்சியாளராக ஏற்றுக் கொள்ளத் தயங்குவார்கள். ஆதரவு கிடைக்காது.

தால்மி எகிப்திய பெண் ஒருத்தியை இரண்டாவதாகத் திருமணம் செய்துகொண்டார். தனது முதல் மனைவியான அர்டாகாமாவை ஒதுக்கி வைத்தார். தால்மி செய்த அடுத்த விஷயம், எகிப்திய கடவுளான செராபிஸுக்கு அலெக்ஸாண்ட்ரியாவில் கோயில் ஒன்றை எழுப்பினார். எதிர்பார்த்ததுபோலவே எகிப்து மக்களின் அபிமானம் அவருக்குக் கிடைக்க ஆரம்பித்தது.

அரசப் பிரதிநிதியாகப் பொறுப்பேற்ற தளபதி பெர்டிகாஸ், எல்லோரையும் வீழ்த்திவிட்டு மாஸிடோனியாவின் அரியணையைக் கைப்பற்றுவதற்காகக் காய் நகர்த்த ஆரம்பித்தார். அதில் முதல் வெற்றியாக, அலெக்ஸாண்டரின் தங்கையான கிளியோபாட்ராவை** மணம் புரிந்தார். அலெக்ஸாண்டரின் மற்ற தளபதிகளை ஒழிக்கக் களமிறங்கினார். எகிப்தை நோக்கிப் படையெடுத்து வந்தார். காரணம்?

---

* நைல் நதியின் மேற்கு முகத்துவாரத்தில் அலெக்ஸாண்டரால் எழுப்பப்பட்ட அழகான துறைமுக நகரம். எகிப்தின் புதிய தலைநகரம். அலெக்ஸாண்டரின் புகழ் பாடும் விதமாகவும், கிரேக்க வணிக மையமாகவும் அமைக்கப்பட்ட நகரம் இது. தவிர, அலெக்ஸாண்டர் தான் வென்ற பல இடங்களில் புதிய நகரங்களை அமைத்து அதற்கு 'அலெக்ஸாண்ட்ரியா' பெயர் சூட்டினார். பல இடங்களில் நகரங்களின் பெயரை அலெக்ஸாண்ட்ரியா என்று மாற்றியும் வைத்தார்.

** இது வேறு கிளியோபாட்ரா. Cleopatra of Macedonia என்று அழைப்பர். தவிர சரித்திரத்தில் ஏகப்பட்ட கிளியோபாட்ராக்கள் உண்டு. நம் நாயகிக்குச் சரித்திரத்தில் வைக்கப்பட்டுள்ள பெயர் ஏழாம் கிளியோபாட்ரா.

தால்மி, இறந்துபோன அலெக்ஸாண்டரின் உடலைப் பாது காப்பாக எகிப்துக்கு எடுத்து வந்திருந்தார்*. எகிப்து கடவுளான ஸீயஸின் ஆலயத்தில்தான் தனது உடல் புதைக்கப்பட வேண்டும் என்பதே அலெக்ஸாண்டரது விருப்பம் என்று தால்மி, மற்ற தளபதிகளிடம் காரணம் சொல்லியிருந்தார். ஆனால் பெர்டிகாஸ் அதை ஏற்றுக் கொள்ளவில்லை. உடலைக் கைப்பற்ற எகிப் துக்கு வந்தார். தால்மியுடனான மோதலுக்கு முன்பாகவே ஒரு சூழ்ச்சியில் பெர்டிகாஸ் கொல்லப்பட்டார். அதற்குப் பிறகு ஏகப்பட்ட அரசியல் காய் நகர்த்தல்களுக்குப் பிறகு தால்மி, மாஸிடோனியா அரசுக்குக் கட்டுப்படாத எகிப்தின் சுதந்தர ஆட்சியாளர் ஆனார் (கி.மு. 305).

அலெக்ஸாண்ட்ரியாவைப் பாதுகாக்க நல்ல வலுவான கப்பல் படை ஒன்றை உருவாக்கினார். வருமானத்தைப் பெருக்க கடல் வணிகத்தை வளர்த்தார். துறைமுகத்தை ஒட்டி அமைந்த சிறு தீவில் 370 அடி உயரமுள்ள கலங்கரை விளக்கம் ஒன்றைக் கட்டினார்**. தேசிய வங்கி ஒன்றை உருவாக்கினார். முறை யாகக் கட்டப்பட்ட வீடுகள், தெருவெல்லாம் ஒளி விளக்குகள், சீரான நடைபாதை, குழாய்கள் வழியே குடிநீர், பெரிய மைதானம், கேளிக்கை அரங்குகள், விவாதக் கூடங்கள், பல்கலைக்கழகம். தால்மியின் காலத்தில் அலெக்ஸாண்ட்ரியா உலகின் செழிப்பான, பாதுகாப்பான, அழகான நகரங்களுள் ஒன்றாக மாறியது.

தால்மி தனக்கென அருமையான, மிகப்பெரிய சலவைக்கல்லால் இழைக்கப்பட்ட அரண்மனை ஒன்றைக் கட்டிக் கொண்டார். கிரேக்கக் கலை நுணுக்கங்களோடு எகிப்தியர்களால் உருவாக்கப் பட்ட அரண்மனை அது. அங்கிருந்து பார்த்தால் துறைமுக

---

* அலெக்ஸாண்டரின் வாழ்க்கையைப் பதிவு செய்தவர்களுள் தால்மியும் ஒருவர். அதில் அலெக்ஸாண்டர் செய்த போர்கள் பற்றிய விவரமான குறிப்பு கள் உள்ளன. அலெக்ஸாண்டரின் உடல் எகிப்தில் அலெக்ஸாண்ட்ரியா வுக்குக் கொண்டு செல்லப்பட்டு புதைக்கப்பட்டது என்பது தால்மியின் குறிப்புகளில் இருந்து நாம் அறிந்து கொள்வது. ஆனால் அலெக்ஸாண்டரின் இறுதிச் சடங்குகள் எங்கே நிகழ்ந்தன, அவரது கல்லறை எங்கே உள்ளது என்பது குறித்த சர்ச்சைகள் இன்றும் தொடர்ந்து கொண்டிருக்கின்றன.

** இருபது ஆண்டுகளில் கட்டப்பட்ட இந்த 'பரோஸ் கலங்கரை விளக்கம்', பழங்கால உலக அதிசயங்களுள் ஒன்றாகக் கருதப்படுகிறது. உலகின் முதல் கலங்கரை விளக்கம் இதுதான்.

நடவடிக்கைகள் அனைத்தையும் கண்காணிக்க முடியும். கிரேக்க காலனி என்றால் இப்படித்தான் இருக்க வேண்டும் என்று எல்லோருமே போற்றிப் புகழும்படி எகிப்தை மாற்றினார். எகிப்தின் ஆட்சி மொழியாக கிரேக்கம் மாற்றப்பட்டது. எகிப்திய நகரங்களுக்கும் கிரேக்க மொழியில் புதிய பெயர் சூட்டப்பட்டன*. அனைத்து முக்கியப் பதவிகளிலும் கிரேக்கர்கள் அமர்த்தப்பட்டனர். எகிப்தியர்களைக் கவர எகிப்திய கடவுள்களை வணங்கினார். எகிப்திய கலாசாரத்தைப் போற்றினார்.

அலெக்ஸாண்ட்ரியா அருங்காட்சியகம், அதனுடன் இணைந்த நூலகம். தால்மி அமைத்த அருமையான விஷயங்களுள் முக்கியமானது. உலகில் பல்வேறு பகுதிகளில் இருந்து சேகரிக்கப்பட்ட பொருள்களை அங்கே காட்சிப்படுத்தினார். நூலகத்தில், அன்றைய உலக அறிஞர்கள் பலரது எழுத்துகளைச் சேகரித்து வைத்தார். நூலகத்தில் என்னென்ன புத்தகங்கள் இருக்கின்றன என்று அறிவிக்கும் அட்டவணை மட்டும் 120 சுருள்களாக இருந்தன. ஒவ்வொரு சுருளும் இருபது அடி நீளமுடையது. அன்றைய உலகின் மிகச் சிறந்த நூலகமாக அது விளங்கியது. கற்பதற்கும், கற்றுக் கொடுப்பதற்கும் எங்கெங்கிருந்தோ பலரும் வந்து போய்க் கொண்டிருந்தார்கள்.

தால்மி இறந்துபோனது கி.மு. 283ல், தனது எண்பத்து நான்கு வயதில். கி.மு. 322 தொடங்கி அவரது வாழ்வில் அடுத்த நாற்பது வருடங்கள் எகிப்தைத் தக்க வைத்துக் கொள்வதிலும், சிரியாவைக் கைப்பற்றுவதிலும், தன் ராஜ்ஜியத்தின் எல்லையை விரிவுபடுத்த போர் புரிவதிலுமே கழிந்து போயின. மாஸிடோனியாவில் பிறந்த கிரேக்கரான தால்மியினுடைய வம்சாவழியினர் (இரண்டாம் தால்மி முதல் பன்னிரண்டாம் தால்மி வரை) ஆட்சி எகிப்தில் தொடர்ந்தது.

தால்மி தனது பலமாகக் கருதிய கடற்படையை, மற்றவர்கள் வலுவாக வைத்துக் கொள்ளத் தவறிவிட்டார்கள். தால்மி அளவுக்கு அவரது பரம்பரையினர் போரில் வெற்றி பெறும்

---

* 'எகிப்து' என்பதுகூட கிரேக்க மொழியில் இருந்து வந்த சொல்தான். கிரேக்கர்கள் வைத்த பெயர்தான். எகிப்தியர்கள் தம் தேசத்தை Kemet என்று அழைத்தார்கள்.

திறன் கொண்டவர்களாகவும் இல்லை. எனவே அவர்களது எகிப்திய ராஜ்ஜியம் நைல் நதி பள்ளத்தாக்குகளைச் சுற்றி அமைந்த பகுதிகள் மட்டும் என்ற அளவில் சுருங்கிப் போனது. இருந்தாலும் அடுத்த 253 வருடங்களுக்கு தால்மி பரம்பரையினர்தான் எகிப்தை ஆட்சி செய்தார்கள்.

அந்தப் பரம்பரையில் வந்த கடைசி ஆட்சியாளர், ஏழாம் கிளியோபாட்ரா.

2. தந்தை தால்மி

அவர் புல்லாங்குழலைக் கையில் எடுத்து வாசிக்க ஆரம்பித்துவிட்டார் என்றால் உட்கார்ந்து வாரக்கணக்கில் ரசித்துக் கொண்டே இருக்கலாம். அதுவும் அவருக்கு மற்றவர்களோடு போட்டியில் கலந்துகொண்டு வாசிப்பது என்றால் கொள்ளை ஆசை. போட்டியில் பரிசை வென்றுவிட்டால் கூத்தாடுவார்.

ஆனால் என்ன, போட்டியை நடத்துபவரும் அவராகத்தான் இருப்பார். போட்டியையும் அறிவித்துவிட்டு அதற்கான சிறப்பான வெகுமதிகளையும் சொல்லிவிட்டு தன் பெயரையும் போட்டியாளர்கள் பட்டியலில் சேர்த்துக் கொள்வார். உண்மையிலேயே அவர் நல்ல இசைக் கலைஞராக மட்டும் இருந்திருந்தால் எகிப்து மக்கள் போற்றிப் புகழ்ந்திருப்பார்கள். அவரே எகிப்தின் அரசராகவும் இருந்ததால் அந்த அழிச்சாட்டியத்தைக் கண்டு முகம் சுளித்தார்கள்.

அவர், கி.மு. 80ல் எகிப்தின் அரசராகப் பொறுப்பேற்ற பன்னிரண்டாம் தால்மி*. ஏழாம் கிளியோ பாட்ராவின் தந்தை என்று அறிமுகப்படுத்துதல் வசதி. மொடாக் குடிகாரர். சுயநலம் பிடித்தவர். மாபெரும் வீரரும் அல்ல, நிர்வாகத் திறமையும் மட்டுதான். மக்கள் அபிமானமும் பெற்றவரல்ல. அவரது பிறப்பைப் பற்றியே சர்ச்சைகள் உண்டு. தால்மி பரம்பரையில் வந்த நான்காம் கிளியோ

---

* Ptolemy Auletes என்றும் அழைக்கப்பட்டார். Auletes என்பதன் பொருள் புல்லாங்குழல் கலைஞர்.

பாட்ராவின் மகன் என்கிறார்கள். இல்லையில்லை, ஒன்பதாம் தால்மிக்கும் அவரது ஆசைநாயகிக்கும் பிறந்த முறையற்ற வாரிசு என்றும் வாதிடுகிறார்கள். இத்தனைப் பிரச்னைகள் இருந்தாலும் எல்லாவற்றையும் சமாளித்தபடி, தன் அரியணைக்கு ஆபத்தில்லாமல் ஆட்சி செய்துகொண்டுதான் இருந்தார்.

அந்தச் சமயத்தில் உலகின் மாபெரும் சக்தியாகத் திகழ்ந்தது ரோம். அப்போது ஐரோப்பியக் கண்டத்திலிருந்த ராஜ்ஜியங்கள் அனைத்துமே அஞ்சி நடுங்கும் வகையில் ரோமானியப் படையெடுப்புகள் நிகழ்ந்து கொண்டிருந்தன. ஆப்பிரிக்கக் கண்டத்தைத் தவிர்த்து, மத்திய தரைக்கடலின் கரையில் அமைந்த ராஜ்ஜியங்கள் அனைத்திலும் ரோமின் ஆதிக்கம். எகிப்தும் அதை ஒட்டி மத்திய தரைக்கடலில் சில தீவுகளும் மட்டுமே பன்னிரண்டாம் தால்மியின் ராஜ்ஜியத்தில் இருந்தன. எகிப்தை வெல்வதன் மூலம் ஆப்பிரிக்கக் கண்டத்திலும் தன் எல்லைகளை விரிவுபடுத்தலாம் என்று ரோம் திட்டமிட்டிருந்தது. ஆனால் பன்னிரண்டாம் தால்மி இத்தனை வலிமை வாய்ந்த ரோமுடன், நட்பு பாராட்டவே விரும்பினார். ரோமானியர்களுக்கு அடிபணிந்து அவர்களது பேராதரவைச் சம்பாதித்து நீண்ட ஆயுளுக்கு அரியணையைத் தக்க வைத்துக் கொள்ள வேண்டும் என்பதே அவரது திட்டம்.

ரோம் அப்போது சாம்ராஜ்ஜியமில்லை. அதை அரசர்கள் யாரும் ஆளவில்லை. அது குடியரசாக இருந்தது. அதை ஆளும் அரசியல் அமைப்பாக செனட் (Senate)* இருந்தது. அன்றைய ரோமின் சக்திகளாக இருவர் இருந்தார்கள். ஒருவர் ஜூலியஸ் சீஸர் (Julius Caesar). ரோமின் முக்கியமான தளபதி. அனுபவம் வாய்ந்த அரசியல் தலைவர். ரோம் குடியரசை, ரோம் சாம்ராஜ்ஜியமாக மாற்ற வேண்டும் என்று பாடுபட்டுக் கொண்டிருந்தவர். இன்னொருவர், போம்பே (Pompey). செல்வச் செழிப்புள்ள இத்தாலியக் குடும்பத்தில் பிறந்தவர். ரோமுக்காகப் பல போர்களை முன்னின்று நடத்தி வென்ற சிறந்த தளபதி. முன்னணி அரசியல் தலைவர். ஜூலியஸ் சீஸரின் முதல் மனைவி கார்னெலியாவின் ஒரே மகளான ஜூலியாவைத்தான் போம்பே, நான்காவதாகத் திருமணம் செய்திருந்தார்.

* மக்களால் தேர்ந்தெடுக்கப்பட்ட உறுப்பினர்கள் செனட்டில் இருந்தார்கள். அந்த உறுப்பினர்களும் பலவிதமான அதிகார அடுக்குகளில் பதவிகள் கொடுக்கப்பட்டிருந்தன. நிதி, நிர்வாகம், சட்டம் வகுத்தல், கொள்கை வகுத்தல் போன்றவை செனட்டின் பொறுப்பில் இருந்தன.

ரோமானியர்கள் என்னை நட்பு ரீதியில் அங்கீகரித்து ஆதரவுக் கரம் நீட்டினால் போதும். எகிப்தில் எந்தமாதிரியான எதிர்ப்புகள் வந்தாலும் சமாளித்துவிடுவேன். சரி, ரோமில் யாரிடம் பேச்சு வார்த்தை நடத்துவது? மாமனார் சீஸரிடமா அல்லது மருமகன் போம்பேயிடமா? பன்னிரண்டாம் தால்மி யோசித்துக் கொண்டிருந்தார். அப்போது போம்பே ஆசியா மைனரில் ஆறாம் மித்ரிடேட்ஸுடன்* போரில் இருந்தார். சீஸர் மட்டும்தான் ரோமில் இருந்தார்.

தால்மியின் தூதுக் கடிதம் சீஸரின் கையில் கிடைத்தது. அவர் மனத்தில் கணக்குப் போட்டுப் பார்த்தார். எகிப்து செழிப்பான ராஜ்ஜியம்தான். தால்மிக்கு ஆதரவு கொடுப்பதால் என்ன லாபம்? ரோமில் நிறைவேற்ற வேண்டிய திட்டங்கள் எக்கச்சக்கமாக இருக்கின்றன. போதுமான அளவு நிதி இல்லை. இனி கவலை யில்லை, தால்மி சிக்கிவிட்டார்.

சீஸர் பதில் அனுப்பினார். என்னுடைய அரசியல் செல் வாக்கைப் பயன்படுத்தி ரோம் செனட்டின், ரோம் மக்களின் ஆதரவைப் பெற்றுத்தர முடியும். அதற்காக நீங்கள் எனக்குக் கப்பம் கட்ட வேண்டும். வருடத்துக்கு ஆறாயிரம் டேலண்ட்ஸ் (சுமார் ஆறு மில்லியன் டாலர்கள்). இதில் ஒரு பகுதியை நான் போம்பேக்கு அளித்துவிடுகிறேன். அவருடைய ஆதரவும் உங்களுக்குக் கிடைக்கும்.

தால்மிக்கு அந்த பதில் மகிழ்ச்சி கொடுத்தது. அதிகக் கப்பம் கட்ட வேண்டுமே என்றெல்லாம் அவர் கொஞ்சம்கூட யோசிக்கவில்லை. என் அரியணையைக் காப்பாற்றிக் கொள்ள நான் என்ன வேண்டுமானாலும் செய்வேன். மக்களின் மீதான வரிச்சுமையை அதிகப்படுத்தினார். பொறுமை இழந்த எகிப்திய மக்கள், தம் அரசருக்கு எதிராகக் கொந்தளித்தார்கள். 'விற்காதே விற்காதே! எகிப்தை, ரோமிடம் விற்காதே! தால்மி வெளியேறு!' கட்டுக்கடங்காத வன்முறை நடந்தது.

நிலைமையை எப்படிச் சமாளிப்பது? வன்முறையை எப்படி அடக்குவது? குடும்பத்தினரை எப்படிக் காப்பாற்றுவது? தால்மி, இதைப் பற்றியெல்லாம் ஒரு நொடிகூட யோசிக்க

---

* ஆறாம் மித்ரிடேட்ஸ், பாண்டஸ் ராஜ்ஜியத்தின் அரசர். ரோமுக்குப் பெரிதும் குடைச்சல் கொடுத்த வலிமையான எதிரி. பாண்டஸ் என்பது கருங்கடலுக்கு அருகில் ஆசியா மைனருக்கு வட பகுதியில் அமைந்த பண்டைய ராஜ்ஜியம்.

வில்லை. எப்படியாவது அலெக்ஸாண்ட்ரியாவிலிருந்து உயிரோடு வெளியேறிவிட வேண்டும். பின் அங்கிருந்து பாதுகாப்பாக ரோமுக்குத் தப்பித்துச் சென்றுவிட வேண்டும். ரோமின் கால்களில் விழுந்தாவது படைதிரட்டிக் கொண்டு வந்துவிட்டால் அரியணையை மீண்டும் கைப்பற்றி விடலாம். இதுதான் தால்மியின் திட்டம். அலெக்ஸாண்ட்ரியாவிலிருந்து சில வீரர்களுடனும் தன் ஆதரவாளர்களுடனும் தப்பித்தார். அது கி.மு. 58.

அரசர் நகரைவிட்டு வெளியேறிவிட்டார் என்ற செய்தி மக்களிடையே பரவியது. மற்றவர்கள் சொல்லித்தான் அந்த விஷயம் அவரது குடும்பத்தினருக்கும் தெரிய வந்தது. பன்னிரண்டாம் தால்மிக்கு இரண்டு மனைவிகள். முதல் மனைவியான ஐந்தாம் கிளியோபாட்ராவுக்கு* மூன்று பெண் குழந்தைகள். ஆறாம் கிளியோபாட்ரா, நான்காம் பெரினைஸ் (Berenice IV), ஏழாம் கிளியோபாட்ரா.

தால்மியின் இரண்டாவது மனைவியின் பெயர் தெரியவில்லை. அவருக்கு நான்காம் அர்சினோ (Arsinoe IV) என்ற ஒரு மகள், பதிமூன்றாம் தால்மி, பதினான்காம் தால்மி என்ற இரண்டு மகன்கள்.

அப்பன் நாட்டை விட்டு ஓடிவிட்டால் மகனை மன்னராக்குவதுதான் மரபு. ஆனால் அப்போது மகன்களான இரண்டு தால்மிக்களுமே பால்குடி மறக்கவில்லை. பதினெட்டு வயது நிரம்பிய நான்காம் பெரினைஸ், அரியணையைக் கைப்பற்றத் தயாராக இருந்தாள். எகிப்திய மக்களின் ஆதரவுகூட அவளுக்கு இருந்தது. எனில், மூத்த மகள் ஆறாம் கிளியோபாட்ரா? வாரிசுரிமைப் போரில் பெரினைஸ் அவளை விஷம் வைத்துக் கொன்றுவிட்டதாக ஒரு தகவல் உண்டு. ஏழாம் கிளியோபாட்ரா? அப்போது அவளுக்கு வயது வெறும் பதினொன்றுதான். அரண்மனைக்குள் தன் தோழிகளுடன் விளையாடுவதைத் தவிர வேறெதுவும் அறியாத சிறுமி.

ஓடிப்போன அப்பன் எப்போது வேண்டுமானாலும் திரும்பி வரலாம். அரியணையைக் கைப்பற்றப் போராடலாம். அதற்கு

---

* ஐந்தாம் கிளியோபாட்ராதான் ஏழாம் கிளியோபாட்ராவின் தாய் என்று கருதப்படுகிறது. இவர் பன்னிரண்டாம் தால்மியின் உடன்பிறந்த சகோதரியா அல்லது சகோதரி முறையா என்பது குறித்த சரித்திரக் குழப்பம் உண்டு.

முன்பே நம் பலத்தை, மக்கள் ஆதரவைப் பெருக்கிக் கொள்ள வேண்டும். பெரினைஸ் முறையாக யோசித்தாள். திருமணம் செய்துகொள்வதுதான் ஒரே வழி.

சகோதரனும் சகோதரியும் திருமணம் செய்துகொள்வது என்பது அன்றைய எகிப்தில் ஒரு வழக்கமாக இருந்தது. காரணம், எகிப்தியர்கள், கடவுள்களின் தாய் என்று கருதி வழிபடும் ஐஸிஸ், தன் சொந்தச் சகோதரனான ஆஸிரிஸைத் திருமணம் செய்துகொண்டாள். அதன் மூலமாக எகிப்தியர்களின் இன்னொரு கடவுளான ஹோரஸ் பிறந்தார். அந்த விதத்தில், தால்மி பரம்பரையிலும் சகோதர - சகோதரி திருமணம் வழக்கத்தில் இருந்தது. அப்படித் திருமணம் செய்துகொண்டு, சகோதரன் அரசனாகவும், சகோதரி அரசியாகவும் சேர்ந்து ஆட்சி நடத்தினார்கள். ஆனால் பெரினைஸுக்கு அந்த வாய்ப்பு அமையவில்லை. காரணம் அவளது சகோதரனான பதிமூன்றாம் தால்மிக்கு அப்போது நான்கே வயதுதான். எகிப்தைச் சுற்றியுள்ள பிற ராஜ்ஜியங்களுக்கு ‘மாப்பிள்ளை’ கேட்டு தூது அனுப்பினாள்.

செழுமையான எகிப்தின் அழகான இளவரசிக்குக் கணவனாகும் வாய்ப்பு கேட்டு பலரும் வந்தார்கள். இருந்தாலும் அவள் நல்ல, வலிமையான ராஜ குடும்பத்தைச் சேர்ந்த மணமகனைத் தேடினாள். சிரியாவின் இளவரசரான அண்டியோசஸுக்குத் தூது அனுப்பினாள். போன தூதுவர் சோகமாகத் திரும்பி வந்தார். ‘இளவரசர் அண்டியோசஸ் இறந்துவிட்டார்.’

பெரினைஸின் முகம் தொங்கியது. ‘ஆனால் இளவரசி, அவரது தம்பியான செலுகஸைக் கேட்டுப் பார்க்கலாம்.’

பெரினைஸ் மீண்டும் தூது அனுப்பினாள். சம்மதம். செலுகஸ் எகிப்து வந்தார். திருமணம் விமரிசையாக நடந்தது. ஆனால் கொஞ்ச நாள்களுக்குக்கூட இருவராலும் ஒன்று சேர்ந்து குடும்பம் நடத்த முடியவில்லை. இருவரில் யார் பெரிய ஆள் என்ற சுயகௌரவப் பிரச்னை. பிரிந்தார்கள்.

உல்லாசங்களில் மட்டுமே நாட்டம். ஆடம்பரப் பிரியை. தன் அழகை மேலும் மெருகூட்டுவதில் காட்டும் அதீத அக்கறை, மக்கள்மேல் கொஞ்சம்கூட கிடையாது. இப்படிப்பட்ட ஒருத்திதான் எகிப்தின் அரசியாக வேண்டுமா? மக்கள் தவித்துக்

கொண்டிருந்த வேளையில் தளராத பெரினைஸ், தனக்கு வரன் தேடும் படலத்தை மீண்டும் ஆரம்பித்தாள், முன்பைவிட வேகமாக, ஆனால் ரகசியமாக. ஆசியா மைனரில் ஒரு ராஜ்ஜியத்தின் இளவரசராக அறியப்பட்ட அர்கெலெஸ் (Archelaus) மாப்பிள்ளையாக அமைந்தார்.

தன் விருப்பங்களுக்கு அடிபணிந்து தலையாட்டிய இரண்டாவது கணவனுடன் பெரினைஸுக்கு எந்தப் பிரச்னையும் இல்லை. அப்பன் தால்மி திரும்பிவந்தால் தீர்த்துக் கட்டுவது எப்படி என்று திட்டமிட ஆரம்பித்தாள்.

●

அலெக்ஸாண்ட்ரியாவிலிருந்து தப்பித்த பன்னிரண்டாம் தால்மி, ரோமுக்குச் சென்று கொண்டிருந்தார். கூடவே சில வீரர்கள், பணியாள்கள். வழியில் ரோட்ஸ் என்ற தீவில் கரையிறங்கினார். அங்கே ரோமின் தளபதிகளில் ஒருவரும், தத்துவஞானியுமான கேட்டோ (Cato) இருப்பதை அறிந்தார். கேட்டோவிடம் பேசி அவரது ஆதரவைப் பெற்றுவிட்டால் ரோமுக்குச் சென்று பேச வசதியாக இருக்கும் என்று தோன்றியது. எனவே தூது அனுப்பினார்.

'எகிப்து அரசர் பன்னிரண்டாம் தால்மியாக நான் ரோட்ஸ் தீவில்தான் இருக்கிறேன். நீங்கள் என்னைச் சந்தித்து மரியாதை செய்வதென்றால் செய்யலாம்.'

கேட்டோ அதே தூதுவரிடம் தனது பதிலைக் கொடுத்து அனுப்பினார். 'எகிப்து அரசர் ரோட்ஸ் தீவுகளுக்கு வந்ததில் மகிழ்ச்சி. உங்களைச் சந்திக்க வேண்டிய அவசியம் எதுவும் இப்போது எனக்கில்லை. நீங்கள் என்னைச் சந்திக்க விரும்பினால் சந்திக்கலாம்.'

தால்மி அந்தக் குதர்க்கமான பதிலைக் கண்டு கோபப்படவில்லை. காரியம் ஆக வேண்டுமல்லவா. மறுநாளே கேட்டோவைச் சந்திக்க அவர் தங்கியிருந்த மாளிகைக்குக் கிளம்பினார். தகதகவென உடை அணிந்து வந்திருந்த தால்மியை, சாதாரண உடையிலிருந்த கேட்டோ எழுந்துநின்றுகூட வர வேற்கவில்லை. 'வாருங்கள் அரசரே' என்றார். ஒரு நாற்காலியைச் சுட்டிக் காட்டி தால்மியை உட்காரச் சொன்னார்.

கிளியோபாட்ரா / 21

தால்மி நேரடியாக விஷயத்துக்கு வந்தார். தன்னை மீண்டும் எகிப்தின் அரசராக அரியணையில் அமர வைக்க ரோம் உதவ வேண்டுமெனக் கேட்டுக் கொண்டார். கேட்டோவின் பதில் அழுத்தமாக வெளிப்பட்டது.

'நீங்கள் ரோமுக்குச் சென்று யாருடைய ஆதரவையும் பெற முடியாது. எவ்வளவுதான் நீங்கள் லஞ்சம் தருவதாக இருந் தாலும் அது ரோமின் பசிக்குப் போதவே போதாது. அலெக் ஸாண்ட்ரியாவுக்கே திரும்பிச் செல்லுங்கள். அதுதான் சரி யென்று எனக்குத் தோன்றுகிறது.'

தால்மி அதற்குமேலும் கேட்டோவிடம் பேசப் பிடிக்காமல் எழுந்து வந்துவிட்டார். மிகவும் தாமதமாகிவிட்டது, இனி படை பலமின்றி அலெக்ஸாண்ட்ரியாவுக்குத் திரும்புதல் சரியல்ல, ரோமின் உதவியோடு படைதிரட்டிக் கொண்டு சென்று அரி யணையைக் கைப்பற்றுவதுதான் ஒரே வழி என்று ஆதரவாளர் கள் குரலெழுப்பினார்கள். தால்மி, அதிகம் குழப்பிக் கொள்ளா மல் ரோம் நோக்கிய தன் பயணத்தைத் தொடர்ந்தார். அவருக்கு சீஸர் மேல் நம்பிக்கையிருந்தது. ஆனால் தால்மி ரோம் நகரத்தை அடைந்த சமயத்தில் சீஸர் அங்கே இல்லை.

ஆறாம் மித்ரிடேட்ஸை போரில் வென்ற சந்தோஷத்தை போம்பே ரோமில் கொண்டாடிக் கொண்டிருந்தார். ரோமில் போம்பேயின் அந்தஸ்து, அதிகாரம் எல்லாம் உயர்ந்திருந்தன, சீஸரைவிட ஒருபடி மேலே. சீஸர் இல்லையே என்றெல்லாம் தால்மி கொஞ்சமும் கவலைப்படவில்லை. சீஸருக்குக் கட்டும் கப்பத்தில் ஒரு பங்கு போம்பேக்கும் செல்கிறதல்லவா. தவிர, ஆறாம் மித்ரிடேட்ஸுடன் போர்செய்ய, எகிப்திலிருந்து ஒரு குதிரைப்படை அனுப்பி போம்பேக்கு உதவி செய்திருந்தார். எனவே தால்மி, அவரை உரிமையுடன் சென்று சந்தித்தார்.

எதிர்பார்த்ததைவிட அதிக மரியாதை கிடைத்தது. போம்பே, தால்மியின் விவகாரத்தை செனட்டுக்குக் கொண்டு வந்தார். செனட் உறுப்பினர்களில் சிலர் கொந்தளித்தார்கள். போம்பே தன் அதிகாரக் குரலை உயர்த்தவும் அடங்கிப் போனார்கள். அங்கே லஞ்சமும் கொஞ்சம் விளையாடியது. தால்மியை மீண்டும் எகிப்தின் அரசராக்க வேண்டுமென செனட்டில் முடிவெடுக்கப்பட்டது.

எகிப்துக்கு அருகில் சிரியாவிலும் சிலிசியாவிலும்* ரோமானியப் படைகளின் முகாம்கள் அமைந்திருந்தன. அங்கே உள்ள படைகளை எகிப்துக்கு அனுப்பி தால்மிக்கு உதவலாம் என்று திட்டமிட்டார்கள்.

•

'எகிப்திலிருந்து தப்பித்துப் போகும் வழியில் நடந்த ஒரு கலவரத்தில் அரசர் பன்னிரண்டாம் தால்மி கொல்லப்பட்டார்.' இப்படி ஒரு ரகசியச் செய்தி பெரினைஸை வந்தடைந்தது. அவள் அதற்கெல்லாம் அலட்டிக் கொள்ளவில்லை. வேறு சில ஒற்றர்களைக் கொண்டு தீர விசாரித்தாள். 'தப்பிச் சென்ற தால்மி ரோமுக்குச் சென்று உதவி கேட்டிருக்கிறார்' என்ற உண்மை தெரிய வந்தது.

பெரினைஸின் மூளையில் அடுத்த கட்ட திட்டம் உருவானது. ரோமின் படை உதவி செய்தால் நிச்சயம் நமக்கு ஆபத்துதான். அதற்கு முன் நம் தரப்பு நியாயத்தையும் ரோமிடம் தெரிவித்து விட்டால் அவர்கள் நமக்குக் கைகொடுக்காவிட்டாலும் தால்மிக்கான உதவியை விலக்கிக் கொள்ளவாவது வாய்ப் புள்ளது. பெரினைஸ், சுமார் நூறு பேர் கொண்ட தூதுக்குழு ஒன்றை உருவாக்கினாள். அவர்கள் ரோம் நோக்கிக் கிளம்பி னார்கள்.

சரி, எதற்கு இத்தனை பேர்? தால்மி லேசுப்பட்ட ஆளா என்ன? வழியில் தூதுவர்களை மடக்கி லஞ்சத்தால் விலைக்கு வாங்கிவிட்டால்? நூற்றுக்கணக்கில் ஆள்களை அனுப்பினால் அத்தனை பேருக்கும் லஞ்சம் கொடுக்கத் திணறுவார் அல்லவா. இத்தனை பேர் சேர்ந்து செல்வது அவர்களுக்கும் பாதுகாப்பு. கொஞ்சம் பேர் சிக்கிக் கொண்டாலும் சிலராவது தப்பித்துச் சென்று ரோமில் செய்தியைச் சேர்த்துவிடுவார்களே.

தால்மியும் தன் பங்குக்குக் காய் நகர்த்தினார். தூதுக்குழுவில் சிலர் கடத்தப்பட்டுக் கொல்லப்பட்டார்கள். சிலருக்கு உணவில் விஷம் வைக்கப்பட்டது. சிலர் லஞ்சத்தால் திசை திருப்பப் பட்டார்கள். வெகு சிலரே ரோமை அடைந்தார்கள். அவர்களும்

---

* இன்றைய துருக்கியின் தெற்கில் அமைந்துள்ள நகரம் Cukurova. கி.மு. 64ல் ஆறாம் மித்ரிடேட்ஸுடன் நடந்த ஒரு போரில் போம்பே சிலிசியாவைக் கைப்பற்றியிருந்தார்.

பெரினைஸ் சார்பாகப் பேசும் மனநிலையில் இல்லை. தால்மி ஏற்கெனவே ரோமில் பெற்றிருந்த ஆதரவு அவர்களை வாயடைக்கச் செய்தது. எனவே தம் கடமையை உதறிவிட்டுக் காணாமல் போனார்கள். தால்மிக்கு அடுத்த வெற்றி.

அடுத்ததாகச் சோதனையும் வந்து சேர்ந்தது. ரோம், தால்மிக்கு உதவுவதை விரும்பாத ரோமானியர்கள் ஒரு சர்ச்சையைக் கிளப்பினார்கள். ரோமின் எதிர்காலத்தைச் சொல்லும் புனிதப் புத்தகமான Sibylline Oraclesல் ஒரு செய்தி இருக்கிறது.

'எகிப்தின் அரசர் நம்மிடம் உதவிகேட்டு வந்தால் நட்பு ரீதியில் வரவேற்று உபசரியுங்கள். ஆனால் அவருக்குப் படை கொடுத்து உதவி செய்யாதீர்கள். மீறி அப்படிச் செய்தீர்கள் என்றால் ஆபத்து ரோமுக்குத்தான்.'

இப்படி ஒரு செய்தி பரவவும் தால்மிக்குள் கிலி பரவியது. அவரது ஆதரவாளர்கள் தோள் கொடுத்தார்கள். 'புத்தகத்தில் அப்படித்தான் இருக்கிறது என்பதை வெளிப்படையாக நிரூபிக்க முடியுமா?' என்று சவால் விட்டார்கள். 'புத்தகத்தை மதகுருமார்கள் மட்டுமே பார்க்க, வாசிக்க முடியும். மற்றவர் களுக்கு அந்த உரிமை கிடையாது' என்று பதில் வந்தது. தால்மி வழக்கம்போல லஞ்சத்தை விட்டெறிந்தார். உடனே 'புத்தகத் தில் அப்படி ஒரு விஷயமே இல்லை' என்று அடுத்த செய்தி பரப்பப்பட்டது. இருந்தாலும் 'நமக்கே ஆபத்து வந்துவிடுமோ?' என்று ரோமானியர்கள் மத்தியில் சென்டிமெண்ட் சலசலப்பு.

எகிப்து அரசர் தலைமையில் ரோமானியப் படையை அனுப்பி உதவி செய்தால்தானே ஆபத்து. அப்படிச் செய்ய வேண்டாம். ரோமானியப் படைகள் எகிப்துக்குச் சென்று பெரினைஸ் அரசை வீழ்த்தட்டும். பின் தால்மி அங்கே சென்று அமைதியான முறையில் பதவி ஏற்றுக் கொள்ளட்டும். இப்படி நடந்தால் அது நம் புனிதப் புத்தகத்தை மீறிச் செய்த செயல் ஆகாது. ரோமானியர்கள் தால்மியைக் கைவிடவில்லை.

•

கேபினியஸ் (Gabinius), சிரியாவில் முகாமிட்டிருந்த ரோமா னியத் தளபதிகளுள் ஒருவர். எகிப்துக்கு அவர் தலைமையில் ரோமானியப் படைகள் கிளம்பின. மத்திய தரைக்கடலின் கரைப் பகுதி வழியாக, அலெக்ஸாண்ட்ரியாவுக்குக் கிழக்கில் அமைந்

துள்ள பாலைவன நகரமான பெலுஸியம் (Pelusium) வழியே நைல் நதியின் டெல்டா பகுதிகளில் கேபினியஸ் படைகள் முன்னேறின. அந்தப் படையில் இன்னொரு கதாநாயகனும் இடம்பெற்றிருந்தார். அவர் கேபினியஸின் துணைத் தளபதியாக இருந்த மார்க் ஆண்டனி.

மார்க் ஆண்டனி, ரோமில் ஒரு வசதியான குடும்பத்தில் பிறந்தவர் (ஜனவரி 14, கி.மு. 83). அவரது தாய் ஜூலியாவின் வழியில் ஜூலியஸ் சீஸருக்கு உறவினர். இளவயதில் தந்தை ஆண்டனியஸ் இறந்துவிட்டார். ஆண்டனியின் கைகளில் ஏகப்பட்ட சொத்து. இளமைத் திமிர். கேள்வி கேட்க ஆளில்லை. உல்லாசங்களில் சஞ்சாரித்தார். ஊரில் ஒரு தாதா போலத்தான் திரிந்தார். விரைவில் சொத்துகள் கரைந்தன. கடன் பெருகியது. கடன்காரர்கள் கழுத்தில் கத்தி வைத்தார்கள். எதிரிகள் கட்டம் கட்டினார்கள். ஆண்டனி வேறு வழியின்றி கிரீஸுக்குத் தப்பி ஓடினார். அப்போதுதான் சிரியா நோக்கித் தம் படைகளுடன் சென்று கொண்டிருந்த கேபினியஸைச் சந்திக்கும் வாய்ப்பு அமைந்தது.

'எவ்வளவு காலம்தான் ஓடி ஒளிவாய். பேசாமல் என் படையில் சேர்ந்துவிடு. உனக்கென்று ஒரு மதிப்பு உருவாகும்.' கேபினியஸ் வாய்ப்பு கொடுத்தார்.

யாருக்கோ கட்டுப்பட்டு, இடப்படும் கட்டளைகளை எல்லாம் ஏற்றுக் கொண்டு வேலை பார்க்க வேண்டுமா என்ன? ஆண்டனியின் பதில் அப்படித்தான் இருந்தது. 'இந்தத் திமிர்தான் ஒரு வீரனுக்குத் தேவை. இப்படிப்பட்ட குணம் கொண்டவனால்தான் களத்தில் எவ்வளவு வலிமையான எதிரியையும் வீழ்த்த இயலும். நீதான் ரோமானியப் படைக்குத் தேவை' என்று ஆண்டனியை வலுக்கட்டாயமாகப் படையில் சேர்த்துக் கொண்டார் கேபினியஸ். துணைத் தளபதியாக ஆண்டனியின் போர்க்களங்கள் தொடர்ந்தன.

பெலுஸியம் பாலைவனம்தான், எகிப்தின் கிழக்கு அரண். எகிப்தை நோக்கி வரும் எதிரிப் படைகளை அந்தப் பாலைவனத்தில் வீசும் மணல் புயலே காலியாக்கிவிடும். அதையும் மீறி கடந்துவரும் வீரர்கள் உணவின்றி, நீரின்றித் தம் சக்தியெல்லாம் இழந்துதான் நிற்பார்கள். ஆக எகிப்து வீரர்களுக்கு போர் எளிதான ஒன்றாக இருக்கும். வழியெங்கும் இறந்துபோன

வீரர்களின் எலும்புக்கூடுகள் இறைந்து கிடக்கும் ஒரு பாலை வனத்தைக் கடக்க வேண்டியதிருக்கும் என்பது ஆண்டனிக்குத் தெரியாது.

ஆண்டனியிடம் எந்த அளவுக்குக் கெட்ட குணங்கள் நிறைந் திருந்தனவோ அதைவிட அதிகமாகவே நல்ல விஷயங்களும் இருந்தன. நல்ல உயரம். சற்றே அகண்ட கண்கள். கொஞ்சம் வளைந்த மூக்கு. எடுப்பான தாடை. சுருள் முடி. மீசையில்லாத முகம். பெண்களைச் சட்டெனக் கவரும் ஆண்மை கலந்த மிடுக் கான தோற்றம். உடலளவிலும் புத்தியளவிலும் பலசாலி. காரியம் ஒன்றைக் கையில் எடுத்துக் கொண்டால் எப்பாடு பட்டாவது முடித்துவிடும் திறமைசாலி. ஆடம்பரமில்லாத வெள்ளை நிறத்தினாலான கவுன் போன்ற உடையணிவது அவரது வழக்கமாக இருந்தது. வீரர்களின் தோள்மீது கை போட்டு சிநேகமாகப் பேசும் அளவுக்கு நெருக்கம் காட்டினார். வெட்டவெளியில் எல்லோருடனும் சேர்ந்துநின்று சாப்பிடும் முறையைக் கடைபிடித்தார். கூடிப் பேசி ஒருவரை ஒருவர் கேலி செய்யும் அளவுக்கு உரிமையோடு பழகினார். வீரர்களிடம் காட்டிய அந்த அரவணைப்பு ஆண்டனிக்குப் போர்க்களங்களில் பலவிதங்களில் உதவியது.

ஆபத்தான பாலைவனப் பகுதி என்று தெரிந்துகொள்ளும் முன்னரே ஆண்டனி தனது குதிரை வீரர்களோடு பாதி தூரத்தைக் கடந்திருந்தார். தால்மியும் அவர்களுடன்தான் வந்தார். அவரது வழிகாட்டலும் உதவியது. தவிர, கேபினியஸ் பிற படை களோடு வேறொரு பாதையில் எகிப்து நோக்கி முன்னேறிக் கொண்டிருந்தார். பாலைவனம் முழுவதையும் வேகமாகக் கடந்துவிட்டால் பிரச்னையில்லை என்று நினைத்த ஆண்டனி, தம் படையினருக்கு அதிகம் ஓய்வு கொடுக்கவில்லை. கடந்து பெலுஸியம் நகரை அடைந்தார்கள். பெரிதாக எதிர்ப்பு இல்லை. அங்கிருந்த கோட்டையை எளிதாகக் கைப்பற்றினார்கள். அங்கிருந்த எகிப்திய வீரர்கள் சரணடைந்தார்கள்.

‘காட்டுமிராண்டிகள். யாரையும் விட்டு வைக்காதீர்கள். கொன்று விடுங்கள்’ - தால்மி ஆவேசக் குரல் எழுப்பினார். ஆண்டனிக் குள் அப்படிப்பட்ட கொடூர குணம் இல்லை. அவர் ரோமானிய வீரர்களுக்கு அப்படி எந்தவிதமான கட்டளையும் கொடுக்க வில்லை. எனவே தால்மி அதன்பின் வாய் திறக்கவில்லை.

ரோமானியப் படை நெருங்கிவிட்டது என்றறிந்த பெரினைஸுக்கு கண்களை இருட்டிக் கொண்டு வந்தது. இருந்தாலும் மார்க் ஆண்டனிதான் படைகளோடு வருகிறார் என்ற தகவல் அவளுக்குக் கொஞ்சம் நம்பிக்கை கொடுத்தது. காரணம் அவளது கணவன் அர்கெலெஸும் ஆண்டனியும் நல்ல நண்பர்களாக இருந்தவர்கள். அந்த நட்பு ரீதியில் தனக்கு ஏதாவது நல்லது நடக்காதா என்ற 'நட்பாசை'.

போர்க்களத்தில் இறங்கிவிட்டால் நட்பெல்லாம் மறந்துவிட வேண்டும் என்பதுதானே வீரர்களின் கொள்கை. அர்கெலெஸ் தலைமையில் ஒரு படை ரோமானியப் படையை எதிர்கொள்ளத் தயாராக இருந்தது. கேபினியஸும் தம் படைகளோடு ஆண்டனியுடன் இணைந்திருந்தார். அலெக்ஸாண்ட்ரியா வீழ்ந்தது. அர்கெலெஸ் களத்தில் கொல்லப்பட்டார். பெரினைஸ் சிறைபிடிக்கப்பட்டாள். ரோமானியப் படைகள் நகருக்குள் நுழைந்தன (கி.மு. 55).

ரோமானியப் படைகளோடு வந்து எகிப்தை மீட்டெடுக்க தால்மிக்கு ஆன செலவு சுமார் பத்தாயிரம் டேலண்ட்ஸ். அதைப் பற்றியெல்லாம் அவர் கொஞ்சமும் அலட்டிக் கொள்ளவில்லை. மீண்டும் எகிப்தின் அரசராகப் போகும் மகிழ்ச்சியைக் கொண்டாடினார். 'யாரங்கே? அந்த பெரினைஸை இழுத்து வாருங்கள்.'

தந்தையின் கொடூர குணம்தான் தெரியுமே. பெரினைஸ் தன் தந்தையிடம் மன்னிப்பு கேட்டு கெஞ்சிக் கூத்தாடவில்லை. அவரும் தனது மகள் என்று கொஞ்சம்கூட யோசிக்கவில்லை. பெரினைஸின் தலை தனியாகத் தரையில் விழுந்தது.

வீழ்ந்துகிடந்த தனது நண்பன் அர்கெலெஸின் உடலை, ஆண்டனி தேடிக் கண்டுபிடித்தார். அவரையும் மீறி கண்கள் கலங்கின. அந்த உடலை சகல மரியாதைகளுடனும் அடக்கம் செய்யச் சொல்லி உத்தரவிட்டார்.

3. இள அரசி

மொத்தம் எழுநூறு கழுதைகள். அலெக்ஸாண்ட்ரியாவின் அரண்மனை வளாகத்தில் அவற்றைப் பராமரிக்கவே தனி 'தொழுவம்' இருந்தது. கழுதைப் பால் கறப்பவர்களின் வேலை காலை முதலே ஆரம்பித்துவிடும். தூசு, துரும்பு எதுவும் இல்லாத அக்மார்க் கழுதைப் பால் மதிய நேரத்தில் அந்தப்புரத்துக்குள் கொண்டு செல்லப்படும். குளிக்கும் தொட்டிக்குள் நிரப்பப்படும். மாலை நேரத்தில் தோழிகள் சூழ அங்கு வரும் கிளியோபாட்ரா, குளியல் தொட்டிக்குள் இறங்கி கழுதைப் பாலில் ஊற ஆரம்பிப்பாள்.

காலம் காலமாக கிளியோபாட்ரா குறித்து சொல்லப்பட்டு வரும் சம்பவம் இது. அப்படி என்னதான் இருக்கிறது கழுதைப்பாலில்?

கிட்டத்தட்ட தாய்ப்பாலை ஒத்தது கழுதைப்பால். லாக்டோஸ் அதிகமுண்டு, பசும்பாலைவிடக் கொழுப்பு குறைவு. அப்போதெல்லாம் குழந்தைகளுக்கு தாய்ப்பாலுக்குப் பதில் கழுதைப்பாலும் கொடுத்திருக்கிறார்கள். மருத்துவத்துக்கும் பயன்படுத்தி இருக்கிறார்கள். கழுதைப்பாலில் குளித்தால் முகச்சுருக்கங்கள் வராது. தோலில் மினுமினுப்பு அதிகரிக்கும். வெண்மை நிறம் மிளிரும். ஒரு நாளில் ஏழுமுறை கழுதைப் பாலில் முகம் கழுவினால் முகம் என்றென்றைக்கும் புத்துணர்வுடன் இருக்கும்.

கி.பி. 30 முதல் 65 வரை வாழ்ந்த ரோம் அரசி சபினா (பிடில் புகழ் நீரோவின் இரண்டாவது

மனைவி), கழுதைப் பாலில் குளித்ததற்கான சான்றுகள் இருக் கின்றன. அவள் எங்காவது வெளியூர் சென்றாலும் அவளுக்காக அண்டா அண்டாவாக கழுதைப்பால் கொண்டு செல்வார்களாம் அல்லது நூற்றுக்கணக்கான கழுதைகளையே ஓட்டிக் கொண்டு செல்வார்களாம். நெப்போலியனின் தங்கை பவுலினும் கழுதைப் பாலில் குளித்ததற்கான குறிப்புகள் இருக்கின்றன. இருக்கட்டும், கிளியோபாட்ரா?

சான்றுகள் எதுவும் இல்லை. ஆனால் எகிப்தில், கிரீஸில், ரோமில் வாழ்ந்த உயர்குடிப் பெண்கள் எல்லோருமே பாலில் குளிக்கும் வழக்கத்தைக் கடைபிடித்தார்கள். அந்த விதத்தில் கிளியோபாட்ராவும் பாலிலோ, கழுதைப் பாலிலோ குளித்திருக் கலாம். இதில் கவனிக்கப்பட வேண்டிய விஷயம் எகிப்தியர் களுக்குத் தினமும் குளிக்கும் வழக்கம் இருந்திருக்கிறது என்பது தான்.

காலை எழுந்தவுடன் குளிக்கும் வழக்கம் இருந்ததில்லை. வேலையெல்லாம் முடித்துவிட்டு, வெயில் விடைபெறும் வேளையில் மாலைக் குளியல் போட்டிருக்கிறார்கள். அலெக் ஸாண்ட்ரியாவின் அரண்மனையில் இளவரசியாக சகல வசதி களுடன் வளர்ந்துவந்த கிளியோபாட்ராவும் அந்த வழக்கத்தைத் தான் கடைபிடித்திருக்க வேண்டும்.

அரண்மனைக்குள் ஆண்களுக்கும் பெண்களுக்கும் தனித்தனியே குளியல் தொட்டிகள் இருந்தன. வெந்நீர்க் குளியலுக்கான வசதிகளும் செய்யப்பட்டிருந்தன. கிளியோபாட்ரா ஆலிவ் எண் ணெய் தேய்த்து குளித்தாள். உடல் தேய்த்துக் குளிக்க, வளைவான தகடு (Strigil) ஒன்றை உபயோகப்படுத்தினாள். குளியலை முடிக்க குறைந்தது இரு மணி நேரங்களாகும்.

கிளியோபாட்ரா உபயோகப்படுத்திய இன்னொரு முக்கியமான அழகுப் பொருள் மருதாணி. கூந்தலில், கைவிரல்களில், பாதங் களில் மருதாணி உபயோகப்படுத்தினாள். தவிர முகத்துக்கான இயற்கை கிரீம்கள், கண்ணுக்கான மை, உதட்டுக்கான சாயம், முகப் பொலிவுக்கான பூச்சுகள், வாசனைக்கான திரவியங்கள் - எல்லாமே உபயோகப்படுத்தியிருக்கிறாள். நகைகள் மீதும் அவளுக்கு அலாதிப் பிரியம் இருந்திருக்கிறது. அகலமான பெரிய கழுத்து அட்டிகை, கைவளையல்கள், கால் தண்டைகள்,

காதணிகள் - எல்லாம் தங்கத்தில் வெள்ளியில். பாம்பு கையைச் சுற்றியிருப்பதுபோல வங்கி அணிவதில் அவளுக்கு விருப்ப மிருந்தது. காதணிகள் பெரிதாக இல்லாமல், சிறியதாக விலங்கு களின் உருவத்தில் (குறிப்பாக பாம்புகள்) அணிந்தாள்.

உடை என்பது ரோம், கிரேக்க ராஜ குடும்பப் பெண்கள் அணிந் ததைப் போன்றதுதான். பட்டுத் துணியால் ஆன உள்ளே அணி யும் ஆடைகள். அவற்றைத் தாங்கும்படி 'ஸ்டோலா' என்ற பட்டு நூலால் ஆன இடுப்புக் கயிறு. அதற்குமேல் 'பல்லா' என் றழைக்கப்படும் ஆளுயர அங்கி. அவை பெரும்பாலும் நீலம், பொன் மஞ்சள், கத்தரிப்பூ, சிவப்பு, வயலட் என்று கருமையான சாயங்கள் பூசப்பட்டவையாக இருந்தன.

தான் உயரம் குறைவானவள் என்ற எண்ணம் கிளியோபாட்ரா வுக்கு இருந்தது. எனவே தனக்கான செருப்பை உருவாக்கு பவரிடம் குதிகால் உயரமாக இருக்கும்படி வைக்கச்

அலெக்ஸாண்ட்ரியாவில் கிளியோபாட்ரா

சொல்லுவாள். அரண்மனைக்குள் வெறும் காலுடன் நடக்கும் அவள், வெளியில் செல்லுகையில் தோல், மரத்தாலான செருப்புகளை அணிந்திருக்கிறாள். அப்படிப் போகும்போது கையில் பெரிய இலைபோன்ற விசிறியையும், தலையில் அகல மான மூங்கிலால் ஆன தொப்பியையும் உபயோகித்திருக்கிறாள்.

காலையில் மிக எளிதான உணவு. பார்லி அல்லது கோதுமையால் ஆன ரொட்டிகள். தோய்த்துச் சாப்பிட ஒயின். கூடவே ஆலிவ், ஃபிக் பழங்கள்.

இவையெல்லாமே பருவ வயது இளவரசி கிளியோபாட்ரா குறித்து கிடைக்கும் வருணிப்புகள், தகவல்கள். மதியமும் சரி, இடைப்பட்ட மாலை நேரத்திலும் சரி, இவைபோன்ற உணவுகள்தாம். பலத்த சாப்பாடு என்பது இரவில்தான்.

முதலில் பீன்ஸ், ஏதாவது ஒரு பருப்புடன் வெங்காயம், பூண்டு, வெண்ணெய் எல்லாம் சேர்த்து தயாரிக்கப்பட்ட பானம். சூப் மாதிரி. கோஸ், வெள்ளரி சேர்த்து செய்த கறி. ஆடு, வெண்பன்றிக் கறி. மாட்டுக்கறியும் அடிக்கடி உண்டு. விதவிதமான மீன்கள் வெவ்வேறுவிதமாக மணமணக்கும். புதிதாகப் பிடிக்கப்பட்ட கடல் மீன்களை அப்படியே எண்ணெயில் வறுத்து வைத் திருப்பார்கள். மீன் ஊறுகாயும் பிரசித்தம். தவிர வேட்டையாடப் பட்ட முயல், முள்ளம்பன்றி, மான், கொக்கு, குயில்களும் அவ்வப்போது உணவு மேசையில் காத்திருக்கும். வாத்தும் கோழியும் தத்தம் முட்டைகளோடு எப்போதும் தவமிருக்கும். குடிக்க ஜாடி ஜாடியாக ஒயின். சில சமயங்களில் புதினா, லவங்கம் சேர்க்கப்பட்ட ஒயின் உண்டு. உணவுப் பொருள்கள் பலவற்றில் தேன் சேர்த்துக் கொள்வார்கள், ஒயினிலும். பியரும் முக்கிய பானம்தான். இப்படியாக தால்மி பரம்பரையில் பெரும்பாலா னோர் உணவு விஷயத்தில் தாராளமாகத்தான் செலவு செய்திருக் கிறார்கள். எகிப்து மக்கள் பஞ்சத்தில் இருந்தபோதும்கூட.

எதைப் பற்றியும் யார் குறித்தும் கவலையின்றி உல்லாச வாழ்க்கை வாழ்ந்தாலும் அதிலும் முழுக்க முழுக்கச் சுயநலத் தோடு நடந்துகொண்டாலும் பன்னிரண்டாம் தால்மியை ஒரே ஒரு விஷயத்துக்காக மனமாரப் பாராட்டியே ஆக வேண்டும். அது கல்வி விஷயம். தால்மி, தனது மகள்களும் கல்வி கற்று நல்ல அறிவுடன் திகழ வேண்டும் என்பதில் மட்டும் கவனம் செலுத்தினார். அப்போதைய எகிப்தியர்கள் பெண்களுக்குப் பல விஷயங்களில் ஏகப்பட்ட உரிமைகள் வழங்கியிருந்தாலும் ஏனோ கல்வி கற்க மட்டும் அனுப்பவில்லை. ஆனால் தால்மி, இளவரசிகளான பெரினைஸையும் கிளியோபாட்ராவையும் தினமும் அலெக்ஸாண்ட்ரியா நூலகத்துக்கு அனுப்பினார். அதுதான் பள்ளி, கல்லூரி எல்லாமே. அங்குதான் வகுப்புகள் நடக்கும்.

கிளியோபாட்ராவுக்கு தத்துவம், கணிதம், மருத்துவம், கலை, இலக்கியம், இசை சம்பந்தப்பட்ட பாடங்களில் ஆர்வம் இருந்தது. தால்மி பரம்பரையில் வந்த பலரும் எகிப்திய மொழியைக் கற்றுக்கொள்ள நினைக்கவில்லை. கிரீக் அங்கே ஆட்சி மொழியாக இருந்தது. கிளியோபாட்ரா எகிப்தியன் உள்பட ஆறு மொழிகளில் (அரமைக், எத்தியோப்பியன், கிரீக், ஹீப்ரு, லத்தீன்) எழுத, படிக்கக் கற்றுக் கொண்டாள். வரலாறு மேல் அவளுக்கு அவ்வளவாக ஆர்வம் இருக்கவில்லை. தால்மி பரம்பரையினருடைய கதையைப் பாடமாக நடத்தும் வகுப்பு களில் அவளுக்குத் தூக்கம்தான் வந்தது. அந்தச் சமயங்களில் நூலகத்தின் பிரம்மாண்டச் சன்னல் வழியே அலெக்ஸாண்ட்ரியா வின் துறைமுகத்தை வேடிக்கை பார்த்துக் கொண்டிருப்பாள்.

இருந்தாலும் ரோம் குறித்தும், சுற்றிலும் நடக்கும் போர்கள் குறித்தும் கிடைக்கும் செவி வழிச் செய்திகளைக் கேட்பதில் கவனம் செலுத்தினாள். எதைப்பற்றியும் கவலைப்படாமல் நாட்டை விட்டு ஓடிப்போன தந்தை, ரோமானியப் படையுடன் திரும்பி வந்து மீண்டும் ஆட்சியைப் பிடிக்க அடித்த கூத்துகள் ஒவ்வொன்றையும் பதினைந்து வயது கிளியோபாட்ரா கவனித்துக் கொண்டிருந்தாள். அதுவரை சிறுமியாக, எந்தக் கவலையும் இன்றி திரிந்துகொண்டிருந்த கிளியோபாட்ராவின் மனத்தை அரியணைக்காக அவளது சகோதரி பெரினைஸ் எகிப்தில் செய்த கலகங்களும், அவளைத் தந்தையே கொன்றதும் வெகுவாகப் பாதித்திருந்தன.

அகங்காரம், கோபம், வெறுப்பு, கர்வம், சுயநலம், பழிவாங்கும் உணர்வு போன்ற தேவையற்ற குணங்கள் கிளியோபாட்ரா என்ற ஆளுமைக்குள் பதிந்த தருணங்களாக இவற்றைச் சொல்லலாம்.

●

நாட்டைவிட்டு ஓடிப்போனவர். எகிப்தியர்கள் அவ்வளவாக விரும்பாத ரோமானியர்களின் துணையோடு வந்து மீண்டும் ஆட்சியைப் பிடித்துவிட்டார். தால்மியை எகிப்தியர்கள் ஏற்றுக் கொண்டார்களா?

பெரும்பாலானோர் தால்மி மீண்டும் ஆட்சிக்கு வந்ததைக் கொண்டாடவே செய்தார்கள். பெரினைஸும் நல்லாட்சி எதுவும் நடத்தவில்லையே. அலெக்ஸாண்ட்ரிவில் பலரும் பெரினைஸின் அதிகாரத்தால் ஏதோ ஒரு விதத்தில் நேரடியாகவோ,

மறைமுகமாகவோ பாதிக்கப்பட்டிருந்தார்கள். எனவே பழைய குற்றவாளி தால்மியின் குற்றங்களை நினைத்துப் பார்க்கவில்லை.

ரோமானிய வீரர்களைக் குஷிப்படுத்தும் விதத்தில் கேளிக்கை நிகழ்ச்சிகளை நடத்த தால்மி கட்டளையிட்டார். விதவிதமான விளையாட்டுப் போட்டிகள், கொண்டாட்டங்கள் நடந்தன. மேடை ஒன்றில் அமர்ந்தபடி தால்மி எல்லாவற்றையும் கண்டு களித்தார். ஆனால் மக்களது கவனம் மேடையில் வீற்றிருந்த மார்க் ஆண்டனி மீதுதான் குவிந்திருந்தது.

அவரது மிடுக்கான தோற்றமும் ஆனால் உடையில் எளிமையும் மக்களை வசீகரித்தன. பெலுஸியத்தைக் கைப்பற்றினாலும் எகிப்திய வீரர்களைக் கொல்லாமல் விட்ட பெருந்தன்மையும், தன்னை எதிர்த்துப் போரிட்டு வீழ்ந்த அர்கெலெஸின் உடலுக்கு அவர் செய்த மரியாதையும் ஆண்டனியின் புகழை எகிப்தியர் களிடையே பரப்பியிருந்தன.

அதே இடத்தில் பதினைந்து வயது கிளியோபாட்ராவும் இருந்தாள். ஆண்டனி குறித்து மற்றவர்கள் பெருமையாகப் பேசும் விஷயங்கள் அவள் காதுகளிலும் விழுந்தன. அந்த இருபத்தெட்டு வயது இளைஞனை அவளும் கவனித்தாள். 'கம்பீரமான வீரன்தான்' - சின்னதாக ஓர் ஈர்ப்பு வந்தது. அந்த நாள்களில் அந்தப்புரத்தில் தோழிகளுடனான அரட்டையில் 'ஆண்டனி'தான் பாடுபொருள் ஆனார்.

சில காலத்தில் ஆண்டனியும் கேபினியஸும் அலெக்ஸாண்ட்ரியாவை விட்டுக் கிளம்பினார்கள். சிறிய ரோமானியப் படை ஒன்று தால்மியின் பாதுகாப்புக்காக அங்கேயே தங்கியிருந்தது.

ரோமின் மிக முக்கியமான தளபதி ஆண்டனி என்று அங்கு அவரது மதிப்பு பல மடங்கு உயர்ந்திருந்தது. அதே சமயத்தில் ரோமில் முதன்மைத் தலைவர்களாக விளங்கிய போம்பேக்கும் சீஸருக்கும் இடையே மோதல் உருவாகி, நிலைமை மோசமடைந்திருந்தது.

ஆண்டனி, சீஸரின் ஆதரவாளர்.

•

கி.பி. 51. இரண்டாம் முறை அரசராகி மூன்று ஆண்டுகள் நிறைவடைந்திருந்தன. தால்மி நோய்வாய்ப்பட்டார். எத்தனையோ

சூழ்ச்சிகள் செய்து அரியணையை வேண்டுமானால் காப்பாற்றிக் கொள்ளலாம், அரிய உயிரைக் காப்பாற்ற முடியாது என்று தால்மியின் மனம் உணர ஆரம்பித்த தருணம். யாரிடம் பதவியைக் கொடுக்கலாம்?

அப்போது உயிரோடு இருக்கும் வாரிசுகளில் மூத்தவள் இள வரசி கிளியோபாட்ராதான். வயது பதினெட்டு ஆகிவிட்டது. தைரியமான பெண்தான். இருந்தாலும் அவளிடம் தனியே பொறுப்பை ஒப்படைக்க முடியாதே. அரசனும் அரசியும் சேர்ந்து ஆள்வதுதானே எகிப்தின் மரபு. ஆண்களில் மூத்த வாரிசான பதிமூன்றாம் தால்மிக்கு பதினொரு வயதுதான். வருங்காலத்தில் திறமையானவனாக, அதிகாரம் செய்யக் கூடிய தகுதியுடன் வரலாம். இருவரும் சேர்ந்து ஆட்சி செய்வது தான் சரியானதாக இருக்கும்.

மரணப்படுக்கையில் இருந்த தால்மி, தன் மகள் கிளியோ பாட்ராவுக்கும், மகன் பதிமூன்றாம் தால்மிக்கும் திருமணம் செய்துவைக்க ஏற்பாடு செய்யச் சொன்னார். அவர் முடி வெடுத்துவிட்டால் போதாதே. ரோம் செனட் அதை அங்கீகரிக்க வேண்டுமே. விஷயத்தை அங்கே அனுப்பினார். செனட் அந்த முடிவை ஏற்றுக் கொண்டது. கிளியோபாட்ரா, பதிமூன்றாம் தால்மியின் பாதுகாவலராக போம்பே செயல்படுவார் என்றும், முக்கிய முடிவுகளை எடுக்கும் அதிகாரம் அவருக்கே என்று தெரிவித்தது.

அதே வருடத்தில் பன்னிரண்டாம் தால்மி கண்களை மூடினார். அரியணையில் ஏறுவதற்காக கிளியோபாட்ரா தன் சகோதரனைத் திருமணம் செய்துகொண்டாள்.

•

நான்தான் எகிப்தின் அரசி. அரசனான என் சகோதரன் பொடியன். அவனுக்கு எதுவும் தெரியாது. முழு அதிகாரமும் எனக்குத்தான். இனி எல்லாம் என் கட்டளைப்படிதான் நடக்கும் என்றெல்லாம் கிளியோபாட்ரா சந்தோஷப்பட முடியவில்லை. அப்போ தைக்கு அவளுக்கு 'அரசி' என்ற பட்டம்தான் கிட்டியிருந்ததே தவிர அதிகாரமில்லை. ரோமுக்குக் கட்டுப்பட்டுதான் எந்த முடிவையும் எடுக்க வேண்டும் என்பது ஒரு பிரச்னை. தவிர அருகிலேயே இரண்டு பிரச்னைகள் இருந்தன.

முதலாவது பிரச்னையின் பெயர் போதினெஸ் (Pothinus) என்ற திருநங்கை. பன்னிரண்டாம் தால்மிக்கு மிகவும் நெருக்கமான நண்பர். தேர்ந்த ராஜதந்திரி. எகிப்தின் தலைமைச் செயலாளராக பல காலம் பணியாற்றிக் கொண்டிருப்பவர். தால்மியைப் பல தருணங்களில் பல சிக்கல்களில் இருந்து மீட்டெடுத்தவர். குழந்தைப் பருவத்திலிருந்தே கிளியோபாட்ராவைக் கவனித்து வந்தவர். இப்போது அவள் அரசி. நினைத்தால் அனைத்து அதிகாரங்களும் அவள் கைகளுக்குப் போய்விடும். எனில் நான் என்ன ஆவேன்? அவருக்குள் பொறாமை பொங்கிக் கொண்டிருந்தது.

இரண்டாவது பிரச்னையின் பெயர் அகில்லஸ் (Achillas). எகிப்தின் தலைமைத் தளபதி. போர்த் தந்திரங்களில் தேர்ந்த வீரர். தவிர நயவஞ்சகத்திலும் முதன்மையான ஆள். போதினெஸுக்கு வலது கைபோல செயல்பட்டுக் கொண்டிருந்தார். கிளியோபாட்ரா தலையெடுப்பதை போதினெஸ் விரும்ப வில்லை என்பதால் அகில்லஸும் விரும்பவில்லை.

ஆனால், எகிப்திய மக்கள் கிளியோபாட்ராவை அரசியாக ஏற்றுக் கொண்டார்கள். ஏற்றுக் கொண்டார்கள் என்பதைவிட எதிர்ப்பு எதுவும் காட்டவில்லை என்பதே நிஜம். தால்மியின் வாரிசுகள் தான் அரசன், அரசியாக இருக்கிறார்கள் என்பது அவர்களுக்குப் போதுமானதாக இருந்தது. பெரினைஸைவிட கிளியோபாட்ரா நல்லவள் என்பது திருப்தி கொடுத்தது. பார்த்தவுடன் கவரும் அவளது அழகுத் தோற்றமும், மற்றவர்களை அவள் நடத்தும் விதமும், அகந்தையில்லாத பேச்சும் மக்களிடம் மதிப்பை, நெருக்கத்தைப் பெற்றுத் தந்திருந்தன. எனவே ஆட்சிக்கு வந்த முதல் மூன்று வருடங்களில் கிளியோபாட்ராவுக்கு பெரிதாக எந்தப் பிரச்னையும் ஏற்படவில்லை.

'இப்படியே போய்க் கொண்டிருந்தால் சரிப்பட்டு வராது' - போதினெஸ் பொருமிக் கொண்டிருந்தார்.

'மக்களின் அபிமானம் பெற்ற அரசியாக அவள் நிலைத்து விட்டால் நாம் காணாமல் போய்விடுவோம். ஏதாவது செய்தாக வேண்டும்' - அகில்லஸும் ஒத்து ஊதினார்.

'அரசர் பதிமூன்றாம் தால்மி பற்றி என்ன நினைக்கிறாய் அகில்லஸ்?'

'கணவன் என்ற பெயரில் ஒரு பொடியன். அவனை அந்த கிளியோபாட்ரா கால காலத்துக்கும் தலையாட்டும் பொம்மை யாகவே வைத்துக் கொள்வாள்.'

'அந்த பொம்மையை நாம் கைப்பற்றிவிட்டால்?'

போதினெஸின் திட்டம் அகில்லஸுக்குப் புரிந்தது. இருவருமே பதிமூன்றாம் தால்மியை மரியாதையுடன் வலம் வர ஆரம்பித்தனர். பதினைந்து வயது சிறுவன். மீசை முளைக்கும் வயது. மனத்தில் எந்தவிதமான எண்ணங்களையும் விதைத்து எது தேவையோ அதைச் செழிப்பாக அறுவடை செய்யலாமே.

'மேன்மை தங்கிய அரசரே, இன்று தங்கள் மனைவியும் சகோதரி யும் அரசியுமான கிளியோபாட்ரா என்ன செய்தார்கள் தெரி யுமா...' என்று நாளொரு கதையும் பொழுதொரு பொய்யுமாக பதிமூன்றாம் தால்மியைத் தம் வசப்படுத்த ஆரம்பித்தனர். '... இப்படிக் கொஞ்சம்கூட தங்களை மதிக்காமல், அரசர் என்ற மரியாதையை உங்களுக்குக் கொடுக்காமல், அரசி தன்னிச்சை யாக முடிவெடுப்பது எனக்கென்னமோ சரியாகப் படவில்லை.'

பதிமூன்றாம் தால்மி அவர்களுடைய பொறியில் எளிதாகச் சிக்கினார். கிளியோபாட்ராவுக்கும் அவருக்குமான அதிகார உரசல் ஆரம்பமானது. இதன் பின்னணியில் யார் இருக்கிறார்கள் என்றும் அவளுக்குப் புரிந்தது. இருந்தாலும் கிளியோபாட்ரா வால் தனது பெயரளவு கணவனைத் தன் பக்கம் இழுக்க இயல வில்லை.

உரசல் விரிசலாகி, விரிசல் விஸ்வரூபம் எடுத்தது. பதிமூன்றாம் தால்மி, போதினெஸுடன் இணைந்து படை திரட்ட ஆரம்பித் தார். அதாவது கிளியோபாட்ராவுடன் மோதி, வீழ்த்தி ஆட்சியை முழுமையாகக் கைப்பற்றுவதற்கான ஏற்பாடு அது. அலெக் ஸாண்ட்ரியாவில் அதற்கு மேல் இருந்தால் தன் உயிருக்கு வேறு ஏதாவது ஒரு விதத்தில் ஆபத்து ஏற்படலாம் என்று உணர்ந்த கிளியோபாட்ரா, அங்கிருந்து அவசரமாகத் தப்பித்தாள். அவளது ஆதரவாளர்களும் உடன் சென்றார்கள். கூடவே சிறிய படை ஒன்றும் சென்றது.

சிரியா. அண்டை தேசம். பலகாலமாக எகிப்துடன் நட்பு பாராட்டும் தேசம். பன்னிரண்டாம் தால்மிக்கும் சிரியாவுக்கும் நல்லுறவு இருந்துவந்தது. தன் தந்தைகூட நாட்டைவிட்டு

ஓடிவந்து, சிரியாவில்தான் அடைக்கலம் புகுந்திருந்ததாகக் கேள்விப்பட்டிருந்தாள். அடுத்து என்ன செய்யலாம்? நானும் என் தந்தை போலவே ரோமுக்கு நேரடியாகச் சென்று உதவி கேட்கலாமா? அவர்கள் படைகொடுத்து உதவினால் நானும் எகிப்துக்குச் சென்று போரிட்டு அரியணையைக் கைப்பற்றி விடலாம் அல்லவா.

ஆனால் போதினெஸின் கணக்கு வேறு மாதிரி இருந்தது. கிளியோபாட்ராவைத் தேடிச் சென்று வீழ்த்த அவர் திட்ட மிட்டிருந்தார். அகில்லஸின் தலைமையில் படைகள் தயாரா கின. 'இந்தப் போரில் வென்ற பின் பதிமூன்றாம் தால்மி எகிப் தின் அரசராக முடிசூட்டிக் கொள்வார்' என்றும் அறிவித்தார். அப்படி நடந்துவிட்டால் தான் பிரதம அமைச்சராக அனைத்து அதிகாரங்களையும் கைக்குள் வைத்துக் கொள்ளலாம் என்பது அவரது திட்டம்.

கி.மு. 48ல் அகில்லஸின் தலைமையில் படைகள் பெலுஸி யத்தை அடைந்தன. இதற்குமேலும் ரோமுக்குச் சென்று அவர்களது உதவி கேட்டு படை உதவி பெறுவதற்கெல்லாம் நேரமே இல்லை. இருக்கின்ற படையை வைத்துக் கொண்டு சமாளிக்க வேண்டியதுதான். கிளியோபாட்ராவும் மனத்தளவில் போருக்குத் தயாராகிக் கொண்டிருந்தாள்.

•

ரோமின் செனட் என்பது சிக்கலான அரசியல் அமைப்பைக் கொண்டது. மக்களால் தேர்ந்தெடுக்கப்படும் மாஜிஸ்ட்ரேட்டு களை உறுப்பினர்களாகக் கொண்டது. ஒவ்வொரு மாஜிஸ்ட் ரேட்டுக்கும் ஒவ்வொரு விதமான அதிகார அடுக்குகளில் வேறு வேறு பதவிகள் உண்டு. அதில் Consul, Praetor, Censor, Aedile, Quaestor, Tribune, Promagistrate, Governor போன்றவை முக்கிய பதவிகள். கன்சல் என்பது அனைத்திலும் உயர்ந்த பதவி. தலைமைப் பொறுப்பேற்று அரசை நடத்துவது கன்சல்தான். செனட்டும் சரி, பிற அவைகளும் சரி, கன்சலின் வழிகாட்டுதல் படிதான் இயங்க வேண்டும். அரசியல், ராணுவ விவகாரங்களில் இறுதி முடிவெடுக்கும் உரிமை கன்சலுக்குத்தான் உண்டு.

போம்பே, தன் அரசியல் வாழ்க்கையில் நான்கு முறை கன்சலாக இருந்திருக்கிறார். ஜூலியஸ் சீஸர், பல பகுதிகளில் கவர்னராக

இருந்திருக்கிறார். சீஸர், போம்பேயைவிட அதிக போர்க்களங்களைக் கண்டவர். எனவே ரோமானிய வீரர்களின் ஆதரவு போம்பேயைவிட சீஸருக்கு அதிகம். அதே சமயத்தில் செனட்டின் ஆதரவு போம்பேக்கு அதிகம் இருந்தது. அரசியல் தரப்பில் போம்பேயின் கைஓங்க, அதே சமயத்தில் ராணுவத் தரப்பில் சீஸரின் கைஓங்க, யார் பெரியவன் என்கிற பிரச்னை மேலோங்கியது. ஒரே உறையில் இரண்டு கத்தி இருக்க முடியாது என்ற உலகின் அரதப் பழசான வசனம் இந்தச் சூழ்நிலையில் எழுதப்பட்டிருக்கக்கூடும்.

பண்டைய ஐரோப்பாவின் மேற்குப் பகுதியான கௌல் மாகாணத்தை* ரோமானியர்கள் கி.மு. இரண்டாம் நூற்றாண்டிலிருந்தே வெற்றிகொள்ள ஆரம்பித்திருந்தனர். சீஸரின் காலத்தில் அதில் சில பகுதிகள் மட்டும் ரோமின் ஆளுகைக்கு உட்படாமல் எஞ்சியிருந்தன. கி.மு. 58ல் சீஸர் கௌலின் கவர்னராகச் சென்றார். எஞ்சிய பகுதிகளைக் கைப்பற்றி கௌல் முழுவதையும் ரோமானிய ஆட்சியின் கீழ் கொண்டுவருவது சீஸருக்கு இடப்பட்ட வேலை. சுமார் ஏழு வருடங்கள். சீஸர், கௌல் முழுவதையும் கைப்பற்றி ரோமின் கட்டுப்பாட்டுக்குள் கொண்டு வந்தார். ஆக, ரோமானிய மக்கள் மத்தியில் சீஸர் 'சூப்பர் ஸ்டார்' ஆகியிருந்தார்.

பொறாமைக் கனலில் வெந்து கொண்டிருந்த போம்பேயை பயமும் வாட்டியெடுத்தது. 'மாமனார் சீஸர் நம்மை இல்லாமல் செய்துவிடுவாரோ?' தான் சொல்வதற்கெல்லாம் தலையாட்டும் செனட்டைக் கூட்டினார். தீர்மானம் ஒன்றையும் நிறைவேற்றினார்.

'கௌலில் அடைந்த வெற்றிக்காக சீஸருக்கு வாழ்த்துகள். இனி அங்கே படைகள் தேவைப்படாது. ஆகவே சீஸர் தம் வசமுள்ள படைகளை எல்லாம் உடனே ரோமுக்குத் திருப்பி அனுப்ப வேண்டும்.'

எல்லாம் தனது மருமகனின் சூழ்ச்சி என்பதை உணர்ந்து கொண்ட சீஸர் தன் பதிலை அனுப்பி வைத்தார். 'போம்பே தம் வசமுள்ள படைகளை எல்லாம் விலக்கிக் கொள்ளட்டும். நானும் என் படைகளை அனுப்பி வைக்கிறேன்.'

★ இத்தாலியின் வடக்குப் பகுதி, பிரான்ஸ், பெல்ஜியம், ஜெர்மனியின் ஒரு பகுதி, நெதர்லாந்தின் சிறு பகுதி இவையனைத்தும் சேர்ந்ததுதான் கௌல்.

அதே சமயத்தில் ரோமானிய தளபதிகள், துணைத் தளபதிகள் பலரது ஆதரவு சீஸருக்குப் பெருகிக் கொண்டே போனது. போம்பேயின் கோபம் அதிகரித்தது. இந்தமுறை செனட்டி லிருந்து சீஸருக்கு நேரடி எச்சரிக்கையே விடப்பட்டது. 'சீஸர் உடனடியாக தம் ஆயுதங்களைக் கீழே வைக்க வேண்டும். வெகுவிரைவில் படைகளைத் திருப்பி அனுப்ப வேண்டும். தவறினால் ரோமானியர்களின் பொது எதிரியாக அறிவிக்கப் படுவார்.'

செனட்டில் இந்தத் தீர்மானத்தை நிறைவேற்றுவதற்காக ஓட்டெடுப்பு நடத்தப்பட்டது. இரு தளபதிகள் அதை எதிர்த்து ஓட்டளித்துவிட்டு வெளிநடப்பு செய்தார்கள். ஒருவர் காஸியஸ் லாங்கினஸ் (Cassius Longinus), இன்னொருவர் மார்க் ஆண்டனி. தனது படைகளுடன் ஆண்டனி, சீஸருடன் இணை வதற்காகக் கிளம்பினார்.

கௌல் மாகாணத்தின் வட எல்லையில் ரூபிகான் (Rubicon) நதிக்கரையில் சீஸர் முகாமிட் டிருந்தார். நதிக்கு மறுபுறம் சென்றால் தெற்கு இத்தாலி. அது வேறு ஒரு ரோமானிய கவர்னரின் ஆளுகையில் இருந்தது. கௌல் மாகாண கவர்னரான சீஸர் அங்கு தம் படைகளுடன் செல்லக்கூடாது. சென்றால் அது விதி மீறல். மீறி விட லாம் என்று தீர்மானித்தார்.

போம்பே

கி.மு. 49, ஜனவரி 19ல் சீஸரின் தலைமையில் மாபெரும் படை ஒன்று ரூபிகான் ஆற்றைக் கடந்தது. கடக்கும் முன்பாக சீஸர் உணர்ச்சிப் பெருக்கோடு தம் படையினரிடம் சொன்ன லத்தீன் வார்த்தைகள், 'Alea iacta est' (the die is cast). இதன் பொருள், தவிர்க்க இயலாதது, நடந்தே தீரும்! அந்தப் புள்ளியில் சீஸர், போம்பேக்கிடையேயான 'உரிமைப் போர்' ஆரம்பமானது. எதிர்ப்புகளை எல்லாம் முறியடித்து, எதிரிகளை எல்லாம் ஒழித்துக் கட்டி, செனட்டைத் தூக்கிக் கடாசிவிட்டு, ரோம் குடி யரசைக் குழிதோண்டிப் புதைத்துவிட்டு, தன்னைக்

கிளியோபாட்ரா / 39

கதாநாயகனாகக் கொண்டாடும் ரோமானிய மக்களின் பேராதரவுடன் 'ரோம் சாம்ராஜ்ஜியத்தின் சக்கரவர்த்தியாக' முடிசூட்டிக் கொள்ள வேண்டும் என்பதே சீஸரின் வாழ்நாள் லட்சியம்.

போம்பேயும் போருக்குத் தயாரானார். ரோம் முழுவதும் ஆங்காங்கே உள்ள படைகளை எல்லாம் ஆயத்தப்படுத்தினார். பெரும்படையோடு வந்த சீஸருக்கு போம்பேயின் சிறுபடைகளை வெல்வது போருக்கான பயிற்சி போலத்தான் இருந்தது. ஸ்பெயினில் போம்பே படைகளை வென்று முன்னேறிய சீஸர், கிழக்கு நோக்கி முன்னேறினார். கிரீஸில் முகாமிட்டு அடுத்த மோதலுக்குத் தயார்படுத்தினார். கொஞ்ச காலத்தில் அவருக்குப் பெரும் வலு சேர்க்கும்விதமாக ஆண்டனியும் தன் படைகளுடன் இணைந்துகொண்டார்.

சீஸருக்கும் போம்பேக்குமான நேரடி யுத்தம் கி.மு. 48 ஜூலையில் Dyrrhachium* என்ற இடத்தில் நடந்தது. அதில் சீஸரின் படைகள் தோற்கும் நிலைக்குத் தள்ளப்பட்டது. சீஸர் எஞ்சிய படைகளுடன் தப்பி ஓடினார். அதே வருடத்தில் பிற்பகுதியில் கிரீஸின் மத்தியிலுள்ள பார்ஸலஸ் (Pharsalus) என்ற இடத்தில் அடுத்த யுத்தம் நிகழ்ந்தது. இம்முறை சீஸர், ஆண்டனியின் துணையுடன் தெளிவாக வியூகங்கள் வகுத்து, போம்பேயைத் திணறடித்தார். சீஸர் தரப்பில் உயிரிழப்பு சுமார் ஆயிரம் இருக்கலாம். ஆனால் போம்பேயின் தரப்பில் சுமார் 6000 முதல் 15000 வரை. தவிர சீஸர் சுமார் 24000 பேரைக் கைதியாகப் பிடித்திருந்தார். அதில் ஒருவர் ரோம் செனட்டின் முக்கிய உறுப்பினர்களுள் ஒருவரான புரூட்டஸ் (Marcus Junius Brutus).

பலரை மன்னித்து விடுதலை செய்த சீஸர், போம்பேயின் படைகளை மட்டும் முற்றிலும் அழிக்கச் சொன்னார். புரூட்டஸும் பின்பு சீஸரிடம் மன்னிப்பு கேட்டு நட்புறவை ஏற்படுத்திக் கொண்டார். எதற்கும் வழியில்லாத போம்பே எங்கே செல்வது என்று யோசிக்கக்கூட அவகாசம் இன்றி உயிர்பிழைக்க ஓடிக் கொண்டிருந்தார்.

•

ரோமின் இரண்டு மாபெரும் சக்திகள் நடத்திய இந்த 'உரிமைப் போர்', இத்தாலி, ஸ்பெயின், பிரான்ஸ், கிரீஸ் உள்பட ரோமின்

---

* இன்றைய அல்பேனியாவில் ஒரு நகரம். Durrës என்பது புதிய பெயர்.

ஆளுகைக்குள் இருந்த அனைத்துப் பகுதிகளையும் பாதித்திருந்தது. மத்தியத் தரைக்கடலிலும் போரின் அதிர்வினால் அலைகள் உண்டாயின. ஆனால் சற்றே விலகியிருந்ததால் எகிப்தில் அந்தப் போரின் வாசனை வீசவில்லை. இப்படிப்பட்ட ஒரு சூழலில்தான் அக்கா கிளியோபாட்ராவும், தம்பி பதிமூன்றாம் தால்மியும் தங்களது உரிமைப் போரை ஆரம்பிக்கும் விதமாக முறுக்கிக் கொண்டு நின்றார்கள்.

மத்திய தரைக்கடலில் போம்பே ஏறிய படகு தத்தளித்துக் கொண்டிருந்தது. உடன் சில படகுகள். கூடவே ஆதரவாளர்கள் கூட்டம் ஒன்று. எங்கே போவது? யாரிடம் உதவி கேட்பது? சீஸரை வெல்லவே முடியாதா? மீண்டும் ரோமுக்குச் செல்லவே முடியாதா? செனட்டில் முழு அதிகாரத்தோடு நான் குரல் எழுப்பவே இயலாதா?

விரக்தியின் உச்சத்திலிருந்த போம்பேயின் நினைவில் பன்னிரண்டாம் தால்மியின் முகம் மின்னியது. எகிப்துக்குச் சென்றால் என்ன? உதவிகேட்டு வந்த பன்னிரண்டாம் தால்மிக்கு அரியணையை நான்தானே மீட்டுக் கொடுத்தேன். அவர் இப்போது உயிருடன் இல்லை. இருந்தாலும் அந்த நன்றிக்கடனை எகிப்தியர்கள் கழிக்க வேண்டாமா?

எகிப்தின் அரசர் பதிமூன்றாம் தால்மி பெலுஸியத்தில் முகாமிட்டிருப்பதாக அறிந்த போம்பே, படகுகளை அங்கே செலுத்தச் சொன்னார். அதே சமயத்தில் சீஸரும் மத்தியத் தரைக்கடலில்தான் மிதந்து கொண்டிருந்தார். உடன் சுமார் இரண்டாயிரம் வீரர்கள். எல்லோரும் போம்பேயைத் தேடிக் கொண்டிருந்தார்கள்.

பெலுஸியத்தை அடைந்த போம்பே, கரையிறங்கவில்லை. தன் சார்பில் அரசருக்குச் செய்தி அனுப்பினார். கெஞ்சலாக அல்ல, கொஞ்சம் அதிகாரத் தோரணையுடன்தான். 'ரோமின் ஆட்சியாளர் வந்திருக்கிறேன். உரிய முறையில் வரவேற்று எனக்குரிய பாதுகாப்பை அளிக்கவும்.'

பதிமூன்றாம் தால்மிக்கு என்ன தெரியும். ராஜதந்திரி போதினெஸ் தான் பதில் அனுப்பினார். 'வரவேற்கிறோம். உங்களுக்குரிய பாதுகாப்பை நாங்கள் அளிக்கிறோம்.'

போம்பேயை அழைத்துச் செல்ல படகு ஒன்றும் வந்தது. சாதாரணமான படகு. மரியாதையில் ஏதோ குறை இருப்பதை அவரால் உணர முடிந்தது. வேறு வழியில்லை. இருக்கின்ற நிலைமையில் சகித்துக் கொள்ளத்தான் வேண்டும். படகில் ஏறினார். கரையில் இறங்கினார். அங்கே சில எகிப்திய வீரர்கள் நின்று கொண்டிருந்தார்கள். பாதுகாப்பு கொடுக்க வந்தவர்கள் என்று போம்பே நினைத்த நேரத்தில், அவர்கள் தம் ஆயுதங்களைக் கையில் எடுத்தார்கள். போம்பேயின் தலை, உடலை விட்டுக் கழன்று கொண்டது.

•

'போம்பேயை ஏன் கொல்லச் சொன்னீர்கள்?' - பதிமூன்றாம் தால்மிக்குப் புரியவில்லை.

'சீஸரின் ஆதரவைப் பெறுவதற்குத்தான்' - போதினெஸ் சிரித்தார்.

'போம்பேயின் ஆதரவும் நமக்குத் தேவைதானே.'

'இத்தனைக் காலம் எகிப்தியர்கள் போம்பேயையும் சீஸரையும் ஒரேபோலத்தான் எண்ணி வந்திருக்கிறோம். இப்போது போம்பேயை வரவேற்று ஆதரவு கொடுத்தால் சீஸருடைய பகையைச் சம்பாதிக்க வேண்டியதிருக்கும். அவர்கள் இருவரும் உயிரோடு இருக்கும்வரை இந்த உரிமைப் போர் ஓயப்போவதில்லை. எனில், இருவரில் யாராவது ஒருவரை ஆதரித்து இன்னொருவரது பகையைச் சம்பாதிக்கத்தான் வேண்டுமா? ஒருவரது கதையை முடிக்கும் வாய்ப்பு நமக்கு அமைந்தது. செய்துவிட்டோம். சீஸர் சந்தோஷப்படுவார்.'

•

ஒருவேளை போம்பே எகிப்துக்குச் சென்றிருக்கலாமோ? நிச்சயம் அங்குதான் சென்றிருக்க வேண்டும். ஓர் அனுமானத்தில் சீஸர், தம் படகுகளை அலெக்ஸாண்ட்ரியாவின் திசையில் செலுத்தச் சொன்னார். அவருக்கு போம்பேக்கு நேர்ந்த முடிவும் தெரியாது, எகிப்தில் ஆரம்பித்திருந்த உரிமைப் போர் குறித்தும் எதுவும் தெரியாது. அலெக்ஸாண்ட்ரியா துறைமுகத்தை வந்தடைந்தார். படைகளுடன் கரையிறங்கினார். பின்னரே அங்கே பதிமூன்றாம் தால்மியும் கிளியோபாட்ராவும் இல்லாத விஷயம் அவருக்குத் தெரிய வந்தது.

‘என்ன, சீஸர் அலெக்ஸாண்ட்ரியா வந்திருக்கிறாரா?’ - செய்தியைக் கேட்ட போதினெஸுக்குக் கொஞ்சம் அதிர்ச்சியும் ஆச்சரியமும். இந்தச் சமயத்தில் கிளியோபாட்ராவுடன் போர் செய்து எதுவும் ஆகப் போவதில்லை. முதலில் சீஸரைச் சந்திக்க வேண்டும். அவரை மகிழ்விக்க வேண்டும். அவரது முழு ஆதரவுடன் கிளியோபாட்ராவை ஒழித்துவிடலாம். போதினெஸும் அகில்லஸும் பதிமூன்றாம் தால்மியை அழைத்துக் கொண்டு அலெக்ஸாண்ட்ரியாவை நோக்கிக் கிளம்பினார்கள்.

கிளியோபாட்ராவும் ஆச்சரியத்தில் திளைத்துக் கொண்டிருந் தாள். சீஸரின் வருகையால் நடக்கவிருந்த போர் நின்று போனதில் அவளுக்குப் பெரும் நிம்மதி. ஆனால் போதினெஸ் அலெக்ஸாண்ட்ரியா சென்றுவிட்டாரே. சீஸரை அவர் தன் கைக்குள் போட்டுக் கொண்டால்? சீஸர் எனக்கு எதிரியாகி விட்டால்?

●

போம்பேயின் தலை - அதிர்ச்சியில் சீஸர்

அலெக்ஸாண்ட்ரியாவில் சீஸர் தங்கியிருந்த மாளிகைக்குச் சில எகிப்திய வீரர்கள் வந்தார்கள். சீஸரைச் சந்திக்க அனுமதி கேட்டார்கள். வழங்கப்பட்டது. அவர்கள் கையில் ஒரு தட்டு. அதில் ஏதோ ஒன்றைப் பட்டுத்துணியால் மூடி வைத்திருந் தார்கள்.

‘அரசர் பதிமூன்றாம் தால்மி இந்தப் பரிசை உங்களிடம் அளிக்கச் சொன்னார்.’

சீஸர், பட்டுத்துணியை விலக்கச் சொன்னார். உள்ளே போம்பேயின் தலை. பரம எதிரியான போம்பேயின் தலையைப் பரிசாக அனுப்பினால் சீஸர் மகிழ்ச்சியில் திளைப்பார், நாம் கேட்டதையெல்லாம் கொடுப்பார் என்பது போதினெஸின் மனக்கணக்கு. ஆனால் அதைக் கண்ட சீஸருக்குத் தூக்கிவாரிப் போட்டது. முகத்தைத் திரும்பிக் கொண்டார். ‘யார் செய்த வேலை இது?’ - கோபத்தில் கத்தினார். அவர் சமாதானமாக பல நிமிடங்கள் பிடித்தன.

‘இந்தத் தலையை எடுத்துச் சென்று சகல மரியாதைகளுடனும் அடக்கம் செய்யுங்கள்’ என்று கட்டளையிட்டார். தலைகொண்டு வந்தவர்கள் போம்பேயின் முத்திரை மோதிரத்தை சீஸரிடம் வழங்கினார்கள். அதை ஏற்றுக் கொண்டார். ஒரு சிங்கம் தன் பாதத்தால் வாள் ஒன்றைப் பற்றியிருப்பதாக அமைந்த அந்த முத்திரைக்கு அழுத்தமாக ஒரு முத்தம் கொடுத்தார்.

4. காதலன், வயது 52

அலெக்ஸாண்ட்ரியாவின் வீதிகளில் தனது படைகளுடன் அணிவகுத்துச் சென்ற சீஸரை எகிப்தியர்கள் எல்லோரும் ஆச்சரியத்துடன் பார்த்தார்கள். அனிச்சையாக வணங்கியும் நின்றார்கள். அன்றைய உலகின் மிகப்பெரும் சக்தி ரோம்தான். அதன் தலைவர் போம்பேயின் கதை முடிந்துவிட்டது. இனி சீஸர்தான் உலகின் தலைவர் போன்றவர். அந்தப் பெருமிதம் சீஸரின் நடவடிக்கைகளிலும் வெளிப்பட்டது.

'கப்பம் எதுவும் ஒழுங்காக வருவதில்லையே. பன்னிரண்டாம் தால்மி வருடந்தோறும் செலுத்துவதாக ஒப்புக் கொண்ட தொகையை எப்போது கட்டுவீர்கள்?' - சீஸர், போதினெஸிடம் கேள்வி எழுப்பினார்.

போதினெஸ் லேசுப்பட்டவரா என்ன. அதற்கும் கைவசம் பதில் வைத்திருந்தார். 'மன்னிக்க வேண்டுகிறேன். இந்த விஷயம் குறித்து நானே உங்களுடன் பேச வேண்டும் என்று நினைத்திருந்தேன். அரசர் பன்னிரண்டாம் தால்மியின் காலத்தில் அவரே பொறுப்பெடுத்து மக்களிடம் உரிய வரிகளை வாங்கி, தங்களுக்குரிய கப்பத் தொகையைச் செலுத்தி வந்தார். இப்போது நிலைமை அப்படியில்லை. யார் எகிப்தின் நிஜமான ஆட்சியாளர் என்பதிலேயே குழப்பங்கள் நிலவுகின்றன. அரசியாக நியமிக்கப்பட்டிருக்கும் கிளியோபாட்ரா ரோம் அரசுக்கு எந்தவிதத்திலும் கட்டுப்பட்டு நடப்பதில்லை. தவிர அரசராக இருக்கும் பதிமூன்றாம்

தால்மியையே மதித்து நடப்பதில்லை. ஆகவே தாங்கள் இந்தப் பிரச்னையில் தலையிட்டு, பதிமூன்றாம் தால்மியை எகிப்தின் அதிகாரபூர்வ அரசராக அறிவிக்கும்படி கேட்டுக் கொள்கிறேன். அவர் அரசராகும் பட்சத்தில் தங்களுக்குரிய கப்பத் தொகை அனைத்தும் உரிய விதத்தில் முறையாகத் தங்களை வந்தடைந்துவிடும் என்று அரசர் சார்பில் நான் உறுதியும் அளிக்கிறேன்.'

சீஸர் அதற்கெல்லாம் அசரவில்லை. சிறுவனான தால்மியை அரசராக்குவதில் அவருக்குத் தயக்கம் இருந்தது. 'கிளியோ பாட்ராவைவிட பதிமூன்றாம் தால்மி எந்தவிதத்தில் எகிப்தை ஆள்வதற்குத் தகுதியானவர், உரிமையுள்ளவர் என்பதை அவரே என்னிடம் நிரூபிக்கட்டும். அதற்குப் பிறகு பார்க்கலாம்' என்று போதினெஸின் வாயை அடைத்தார்.

•

மாவீரர் சீஸரைச் சந்தித்தல் அவசியம். எப்படி? கிளியோபாட்ரா, பெலுஸியத்தில் உறக்கமின்றித் தவித்துக் கொண்டிருந்தாள். அங்கே அவளது நடவடிக்கைகளைக் கவனிக்கும் விதத்தில் போதினெஸ் ஏற்பாடு செய்திருந்த ஒற்றர்கள் திரிந்து கொண் டிருந்தார்கள். எனவே எதையும் ரகசியமாகச் செய்ய வேண்டிய திருந்தது.

அப்போதிருந்த நிலையில் கிளியோபாட்ரா தன் படைகளுடன் அலெக்ஸாண்ட்ரியா செல்ல முடியாது. அவள் கிளம்புகிறாள் என்றாலே போதினெஸ் கலகம் ஏற்படுத்தி விடுவார். இதுவரை சீஸருக்கும் அவளுக்கும் நேரடித் தொடர்பும் இருந்தது கிடை யாது. ஆக நட்பு ரீதியில் தனியே சென்று சந்திப்பதற்கும் வாய்ப் பில்லை. அப்படிச் செய்ய நினைத்தால்கூட போதினெஸை மீறி அலெக்ஸாண்ட்ரியாவில் ஏதும் செய்ய இயலாது. அவளிடம் படகுகளும் இல்லை. எனவே கடல் வழிப் பயணமும் சாத்தியப் படவில்லை.

நாள்கள் ஆக ஆக அவளைச் சுற்றி ஆபத்துகள் வளர்ந்துகொண்டே தான் வந்தன. 'இந்த நொடியில் நான் சீஸர் முன் சென்று நிற்க வேண்டும். ஏதாவது வழி காட்டு.' தனது பிரியத்துக்குரிய கடவு ளான ஐஸிஸிடம் வேண்டி நின்றாள் கிளியோபாட்ரா.

அலெக்ஸாண்ட்ரியாவுக்குள் வந்து என்னிடமே உன் அதிகாரத்தைக் காட்டுகிறாயா? போதினெஸால் சீஸரைப் பொறுத்துக் கொள்ள இயலவில்லை. நீ இருப்பது என் இடம். உன் வசம் இருப்பதோ சிறிய படைதான். அதற்கே உனக்கு இவ்வளவு திமிரா?

ஜூலியஸ் சீஸர்

போதினெஸ் சிலரை ரகசியமாக ஏவி விட்டிருந்தார். அவர்கள் அலெக்ஸாண்ட்ரியாவின் வீதிகளில் மக்களோடு மக்களாகத் திரிந்தார்கள். அப்படியே அங்கு உலவும் ரோமானிய வீரர்களிடம் வம்பு செய்தார்கள். அது மோதலாக மாறியது. இப்படிப்பட்ட சம்பவங்கள் ஆங்காங்கே நடந்தன.

'நீங்கள் கவலையேபடாதீர்கள். ரோமானிய வீரர்கள் எங்கள் மரியாதைக்குரிய விருந்தினர்கள். அவர்கள் அனைவருக்கும் எல்லா வேளையும் உணவு கொடுத்து உபசரிப்பது எங்கள் கடமை' என்று போதினெஸ் சீஸரிடம் வாக்குக் கொடுத்தார். அதே சமயத்தில் வீரர்களை அவமரியாதை செய்யும் விதத்தில் மண் வட்டுகளிலும் மரக் குவளைகளிலும் உணவு கொடுக்கப்பட்டது. அதுவும் மட்டமான உணவு. வீரர்கள் முகம் சுளித்தார்கள். கோபம் அடைந்தார்கள். 'எகிப்திய மக்கள் வியர்வை சிந்தி சம்பாதிக்கிறார்கள். நீங்கள் சொகுசாக உட்கார்ந்து சாப்பிடுகிறீர்கள். இதில் குறையெல்லாம் கூறக்கூடாது' என்று ரோம் வீரர்களின் சுயமரியாதையைச் சீண்டினார்கள்.

இந்த மண் வட்டு, மரக்குவளை விஷயம் சீஸரின் காதுகளை அடைந்தது. விசாரித்தார். அதற்கு போதினெஸ் சீஸருக்கு முன் கைகட்டி நின்று பணிவாகச் சொன்ன பதில், 'தங்களுக்குக் கப்பம் கட்டுவதற்காக அரண்மனையிலுள்ள உலோகப் பொருள்களை எல்லாம் விற்றுவிட்டோம். அரண்மனையில்கூட மண். மரப் பாத்திரங்களைத்தான் உபயோகிக்கிறோம். தங்களைப் போன்ற முக்கியஸ்தர்களை உபசரிக்க மட்டும் கொஞ்சம் தங்க, வெள்ளிப் பாத்திரங்களை வைத்திருக்கிறோம். அரண்மனையிலேயே இந்த நிலை என்றால் எங்கள் மக்களது நிலையை நினைத்துப் பாருங்கள்.'

ஒவ்வொரு நாளும் ஒவ்வொருவிதமாகப் பிரச்னைகள் உருவாகின. ஆனால் அவற்றை நயவஞ்சமாகக் கிளப்பிக் கொண்டிருந்த போதினெஸ், சீஸரின் தேவைகளைப் பூர்த்தி செய்வதற்காகக் கடுமையாக உழைப்பதாகக் காட்டிக் கொண்டிருந்தார்.

சீஸருக்குள் எச்சரிக்கை உணர்வு. இத்தனைச் சிறிய படையை வைத்துக் கொண்டு அலெக்ஸாண்ட்ரியாவில் நீண்ட நாள்கள் இருக்க இயலாது. எனவே அருகிலிருக்கும் சிரியாவில் முகாமிட்டிருக்கும் ரோமானியப் படைக்கு, ரகசியத் தூது அனுப்பினார். 'அலெக்ஸாண்ட்ரியாவுக்குக் கிளம்பி வரவும். அவசரம்.'

•

'தங்களைச் சந்திக்க விரும்புகிறேன். சொந்த விஷயம். அனுமதி தேவை.'

சீஸருக்கு ரகசியமாக கிளியோபாட்ராவிடமிருந்து தகவல் வந்து சேர்ந்தது. 'எப்போது வேண்டுமானாலும் சந்திக்கலாம்' என்று சீஸர் பதில் அனுப்பினார். கிளியோபாட்ரா, பெரும்பாடுபட்டு ஒரே ஒரு சிறிய படகை ஏற்பாடு செய்திருந்தாள். படகில் ஏறினாள். உடன், நம்பகமான சில பணியாளர்கள் மட்டும். அதில் ஒருவன், அப்போலோடோரஸ் (Apollodorus). கிளியோபாட்ராவின் குறிப்பறிந்து பணி செய்யும் நம்பகமான ஆள். ஆஜானுபாகுவான வீரன்.

சூரியன் மறைவதற்கு முன்பாகவே அலெக்ஸாண்ட்ரியாவை நெருங்கி விட்டார்கள். கடலிலேயே காத்திருந்து, இரவானதும் கரையை அடைந்தார்கள். கொஞ்ச தூரம் நடை. அரண்மனை வளாகத்தை நெருங்கியதும், அப்போலோடோரஸ் தன் தோளில் சுமந்துகொண்டிருந்த பெரிய கம்பளத்தைத் தரையில் விரித்தான்.

சீஸர் தங்கியிருந்த மாளிகையை அப்போலோடோரஸ் அடைந்தான். வெளியில் ரோம் வீரர்கள்தான் காவலுக்கிருந்தார்கள். எனவே பிரச்னையில்லை. இரு கைகளால் கம்பளத்தை ஏந்தியபடி, மாளிகையின் நுழைவாயிலை நெருங்கினாள்.

'என்னது இது?' - காவலர்கள் வழிமறித்துக் கேட்டார்கள்.

'எகிப்தின் அரசி அனுப்பியுள்ள பரிசுப் பொருள். சீஸரிடம் ஒப்படைக்க வேண்டும்.'

காவலர்கள் கொஞ்சம் யோசித்தார்கள். பின் அனுமதி கொடுத் தார்கள். சீஸர் இருந்த அறையில் கம்பளத்துடன் போய் நின்ற அப்போலோடோரஸ், 'எகிப்தின் அரசி கிளியோபாட்ரா தங்க ளிடம் இதைத் தனியே ஒப்படைக்கச் சொன்னார்' - என்றான்

ஏற்கெனவே கிளியோபாட்ராவிடம் இருந்து செய்தி வந்திருந்த தால், அதில் ஏதோ விஷயம் இருக்கிறது என்று புரிந்துகொண்ட சீஸர், தன் அறையில் இருந்த பிறரை வெளியே போகச் சொன் னார். அவர்கள் கொஞ்சம் தயக்கத்துடன் வெளியேறினார்கள். சீஸருக்கு எதுவும் ஆபத்து நேர்ந்துவிடக்கூடாது என்ற பயம். கதவு சாத்தப்பட்டது. பின் அப்போலோடோரஸிடம், 'இறக்கி வைத்துவிட்டுப் போகலாம்' என்றார்.

கம்பளத்தைக் கவனமாகத் தரையில் இறக்கிய அப்போலோ டோரஸ், 'தங்களிடம் இதைப் பிரித்துக் காண்பிக்கும்படி எனக்கு உத்தரவு' என்றான்.

'நானே பார்த்துக் கொள்கிறேன்' என்ற சீஸர், தன் உடைவாளை உருவினார், கம்பளத்தின் கட்டைப் பிரிக்க. அப்போலோ டோரஸ் பதறினார், 'பார்த்துப் பத்திரமாக. விலைமதிப்பில்லாத இந்தக் கம்பளத்துக்கு எந்தவிதச் சேதாரமும் வந்துவிடக் கூடாது.'

'கம்பளத்துக்கா அல்லது அதனுள்ளிருக்கும் பொருளுக்கா?' என்றபடி கட்டியிருந்த கயிறை வாளால் வெட்டி, கம்பளத்தின் ஒருமுனையைப் பிடித்து மேல்நோக்கி இழுத்தார். உருண்டு விரிந்த கம்பளத்துக்குள் இருந்து வெளிப்பட்டாள் கிளியோ பாட்ரா.

'எல்லாப் புகழும் பெருமையும் கிளியோபாட்ராவுக்கே! சர்வ வல்லமை கொண்ட கடவுள் ஐஸிஸின் மகளுக்கு வணக்கங்கள்! ஹோரஸ், ரா* கடவுள்களின் வழிவந்த, எகிப்து ராஜ்ஜியத்தின் தன்னிகரற்ற அரசி வாழ்க!'

அப்போலோடோரஸ் கிளியோபாட்ராவை வாழ்த்தி, பணிந்து நின்றான். சீஸரின் விழிகள் ஆச்சரியத்தால் விரிந்தன. குப்புறக் கிடந்த கிளியோபாட்ரா, மெள்ளப் புரண்டு படுத்தாள்.

---

* பண்டைய எகிப்தியர்கள் வணங்கிய சூரியக் கடவுள்கள். ஹோரஸ், கழுகுத் தலை கொண்டவர். ரா, பருந்தின் தலை உடையவர்.

மென்மையாகத் தன் கைகளைத் தரையில் ஊன்றி, மெதுவாக எழுந்து உட்கார்ந்தாள். இடுப்பில் சின்னதாக வலி. சின்னதாக முகம் சுருக்கி கையால் நீவிக் கொண்டாள்.

நீள்வட்ட முகம். நீள, நீலக் கண்கள். வளமான புருவம். வளை வில் மிளிரும் நாசி. வில்வடிவ மேலுதடு. விளைந்த கனியாகக் கன்னங்கள். இளமை மிதக்கும் பார்வை. செதுக்கிய கரங்கள். சிற்றிடை வளைவுகள். செழுமை கொண்ட அங்கங்கள். மினு மினுக்கும் சருமம். மிதமிஞ்சிய அழகு.

இவ்வளவு அழகானவளா இவள்!

பல காலமாகப் போர், அரசியல், சூழ்ச்சி, வஞ்சகம், வன்முறை என்றே தொடர்ந்து சிந்தித்துக் கொண்டிருந்த ஜூலியஸ் சீஸரின் ஐம்பத்தியிரண்டு வயது மனம், அந்த நொடியில் இளமைக்குத் திரும்பியது.

'கைகொடுக்க மாட்டீர்களா?' - அந்த இருபத்தியொரு வயது இனிமையான குரல் கேட்டு சீஸர் இயல்பு நிலைக்குத் திரும்பி னார். கிளியோபாட்ரா தன் கரம் ஒன்றை நீட்டிக் கொண்டிருந் தாள். சட்டெனத் தன் கைகொடுத்துத் தூக்கி நிறுத்தினார். அந்த முதல் ஸ்பரிசத்தில் அவருக்குள் பதிய ஆரம்பித்திருந்த முதுமை யின் சுவடுகள் காணாமல் போயிருந்தன. காதலனாகியிருந்தார்.

அதற்குமேல் தனக்கு அங்கே வேலை இல்லை என்று உணர்ந்த அப்போலோடோரஸ், கிளியோபாட்ராவிடம் அனுமதி வாங்கிக் கொண்டு கிளம்பினான்.

'எகிப்தின் அரசியை என் மாளிகைக்கு வரவேற்கிறேன்' - சீஸர் புன்னகை செய்தார்.

'இது என் ராஜ்ஜியம். என் மாளிகை. நீங்கள் என் விருந்தினர் என்பதை நினைவுபடுத்த விரும்புகிறேன் சீஸர்.'

கிளியோபாட்ராவின் அந்தப் பதிலிலிருந்த துணிச்சல் கண்டு புருவம் உயர்த்தினார் சீஸர்.

'அரண்மனையில் உனது மாளிகையைத் தயார் செய்யச் சொல்லவா?'

'அதற்காக என் பணியாளை அப்போதே அனுப்பிவிட்டேன். அதெல்லாம் இந்நேரம் முடிந்திருக்கும். அலெக்ஸாண்ட்ரியா

வில் எங்கெங்கே கதவுகள் இருக்கின்றன என்பது உங்களுக்குத் தெரியாது சீஸர்.'

அவளது துடுக்கான பேச்சு சீஸரை வாயடைக்கச் செய்தது. சில நிமிடங்கள் அமைதியாக அவளை ரசித்துக் கொண்டிருந்தார். பயணம் தந்த களைப்பு. கிளியோபாட்ரா கோப்பைகளில் ஒயினை ஊற்றினாள். ஒன்றை சீஸருக்குக் கொடுத்தாள்.

'உன் பாதுகாப்பு குறித்துக் கவலைப்படாதே. நான் பார்த்துக் கொள்கிறேன்' - சீஸர் ஒயினைப் பருகினார்.

'அந்தக் கோப்பை ஒயினில்கூட விஷம் கலந்திருக்கலாம். எந்த நம்பிக்கையில் பருகுகிறீர்கள்? எதைப் பாதுகாப்பு என்கிறீர்கள்?'

'உன் கோரிக்கை என்ன?'

'எகிப்தை ஆளும் அதிகாரம் முழுவதையும் நான் எடுத்துக் கொள்கிறேன். என்னை எகிப்தின் அரசி ஆக்கிவிடுங்கள். இது கோரிக்கை அல்ல. நீங்கள் எனக்குச் செய்ய வேண்டிய கடமை. ரோம் இன்று வளமாக மினுமினுக்கிறது என்றால் அதற்குக் காரணம் எகிப்தின் செழுமையை நாங்கள் உங்களுக்குப் பகிர்ந்து அளித்ததுதான். மறுக்க முடியுமா உங்களால்?'

'பெண்ணே, உனக்கும் உன் சகோதரன் தால்மிக்கும் இடையி லுள்ள பிரச்னைகளைத் தீர்த்து வைப்பதுதான் என் கடமை என்று நினைக்கிறேன்.'

'அவனா? என்னை எந்தக் கணத்திலும் கொல்லத் தயாராக இருக்கும் ஒருவனைக் கணவன் என்றும், சகோதரன் என்றுமா அழைக்க முடியும்? அரசி என்ற பட்டம் எனக்குக் கிடைத்த தருணத்திலிருந்து நம்பிக்கை துரோகிகளையும் நயவஞ்சகர் களையும் மட்டுமே சந்தித்துக் கொண்டிருக்கிறேன். தந்தையின் ஆசைப்படி கிடைத்த பதவி. அதற்காக எனக்குக் கொஞ்சம்கூட விருப்பமில்லாத ஒரு திருமணம். உரிமையுள்ள ராஜ்ஜியத்தை விட்டு உயிருக்குப் பயந்து ஓடும் நிலை. இங்கே யாருக்கும் என்னை ஆதரிக்கும் எண்ணம் இல்லை. காரணம், என் சகோதரன் போல நான் ஏமாற மாட்டேன் அல்லவா.'

அவள் நிலை கண்டு இறங்கினாரா இல்லை அழகில் கிறங்கி னாரா தெரியவில்லை. சீஸர் முழுக்க முழுக்க கிளியோபாட்ரா

பக்கம் சாய்ந்துவிட்டார். இருந்தாலும் அவராலும் சட்டென எதுவும் செய்ய இயலாத நிலை. அலெக்ஸாண்ட்ரியாவில் இருந்த ரோமானிய படை மிகச் சிறியது. அதைக் கொண்டு எதுவும் சாதிக்க இயலாது. சிரியாவிலிருந்து உதவி வரும்வரை காத்திருக்கத்தான் வேண்டும்.

'இரண்டு நாள்கள் பொறுத்திரு. நடவடிக்கை எடுக்கிறேன்.'

'அடுத்த நிமிடத்தில்கூட எதுவும் நடக்கலாம். உங்களுக்குக்கூட. இங்கே எதற்கும் உத்தரவாதமில்லை சீஸர்.'

எத்தனையோ களம் கண்டவர். அரசியல் வாழ்க்கையிலும் அள வில்லா அனுபவசாலி. எதையும் எதிர்நோக்கும் அசகாய துணிச்சல் கொண்டவர். ஆனால் கிளியோபாட்ராவின் முன்னால் சீஸர், சிந்திக்க இயலாதவராக நின்று கொண்டிருந்தார். அவள் சொல் வதற்கெல்லாம் அனிச்சையாகத் தலையாட்டத் தோன்றியது.

'சீஸர், எகிப்தின் அதிகாரபூர்வ அரசியாக நான் ஆகும் நொடிக்காக என்னால் அதிக நேரம் பொறுத்திருக்க முடியாது.'

கிளியோபாட்ரா சீஸரின் அறையை விட்டுக் கிளம்பியிருந்தாள். இருந்தும் சீஸர், அவள் அங்கேயே இருப்பதாக உணர்ந்து கொண்டிருந்தார் .

•

எல்லாம் கைமீறிப் போய்விட்டது. கிளியோபாட்ரா அலெக் ஸாண்ட்ரியாவுக்குள் வந்துவிட்டாள். ரகசியமாக சீஸரின் மாளிகைக்குச் சென்று அவரைச் சந்தித்துவிட்டாள். அவரை மயக்கி ஆதரவைப் பெற்றுவிட்டாள். இனி, சீஸரை நம்பிப் பயனில்லை.

பதிமூன்றாம் தால்மி, ஒற்றர்கள் மூலம் இந்தச் செய்தியை அறிந்துகொண்டார். பக்குவம் எதுவுமில்லாத அந்தப் பதி னைந்து வயது அரசருக்குக் கோபத்தைக் கட்டுப்படுத்த இயல வில்லை. ஆவேசமாக அரண்மனையை விட்டு வெளியே வந் தார். அதைக் கண்ட வீரர்கள் அனைவரும் ஸ்தம்பித்து நின்றனர். வீதிக்கு வந்து நின்ற அவர், பெருங்குரலெடுத்துக் கத்தினார்.

'என்னை ஏமாற்றிவிட்டார்கள்.'

தன் தலையில் அணிந்திருந்த கிரீடத்தைக் கழற்றித் தரையில் வீசினார். அதைத் தன் காலால் மிதிமிதியென்று மிதித்தார்.

'இந்தக் கிரீடத்துக்கு இனி மதிப்பில்லை. எனக்கு நம்பிக்கை துரோகம் செய்துவிட்டார்கள்.'

அவரைச் சுற்றிக் கூட்டம் கூட ஆரம்பித்தது. கோபத்தில் என்ன செய்வதென்று அறியாமல் அங்கும் இங்கும் சுற்றி அலைந்தார். கைக்குக் கிடைத்த பொருள்களை எல்லாம் தூக்கியெறிந்தார். அவர் கண்ணில் ரோமானிய வீரர்கள் சிலர் தென்பட்டனர். போதினெஸூம் அகில்லஸூம் அந்த இடத்துக்கு ஓடோடி வந்தார்கள்.

'ரோமானியர்கள் என் கழுத்தறுத்து விட்டார்கள்.' பதிமூன்றாம் தால்மி அவர்களைக் கண்டு கதறினார்.

'கொஞ்சம் பொறுமையாக என்ன நடந்தது என்று எல்லோருக்கும் புரியும்படி சொல்லுங்கள் அரசே!' - அனைத்தையும் அறிந்திருந்த போதினெஸ், இன்னும் கொஞ்சம் தூண்டிவிட்டார்.

'அந்த மாய்மாலக்காரி கிளியோபாட்ரா, தன்னை சீஸரிடம் கொடுத்துவிட்டு, அவரை மயக்கி அதிகாரங்களையெல்லாம் அபகரித்துக் கொண்டாள். இந்த அலெக்ஸாண்ட்ரியாவை உருவாக்கிய தால்மியின் வம்சத்தில் வந்த பதிமூன்றாம் தால்மியான நான் என்ன பைத்தியக்காரனா?'

கூட்டத்தில் சலசலப்பு. 'கிளியோபாட்ரா கொடுத்தது தன்னை மட்டுமல்ல, இந்த எகிப்தையே அந்த சீஸரிடம் தூக்கிக் கொடுத்துவிட்டாள்.'

சலசலப்பு வளர்ந்து ரோமானியர்களுக்கு எதிராகக் கலவரத்தைத் தூண்டும் குரல்களாக உருமாறின. சிலர் விஷயமறிந்து கலந்து கொண்டார்கள். புதிதாகக் கூட்டத்தில் சேர்ந்த சிலர், அரசருக்கு ஏதோ பிரச்னை என்பதை மட்டும் அறிந்து விஷயம் புரியாமலேயே ரோமானியர்களைத் தாக்க ஆரம்பித்தார்கள். நிலைமை மோசமாகிக் கொண்டே போனது.

இத்தனைக்கும் பதிமூன்றாம் தால்மி வசம் அப்போது சிறு படை மட்டுமே இருந்தது. அவர்களது படையானது பெலுஸியத்தில் காத்துக் கொண்டிருந்தது. விஷயமறிந்த சீஸர் கொஞ்சம்கூட

பதட்டமடையவில்லை. தாக்குதலில் ஈடுபடுவது ஏதுமறியாத மக்கள் கூட்டம்தான். அவர்களுக்கு எதிராக எந்தத் தாக்குதலும் நடத்தக்கூடாது என்று தன் வீரர்களுக்கு உத்தரவிட்ட அவர், பதிமூன்றாம் தால்மியை மட்டும் சிறைபிடித்து வரச் சொன்னார்.

எத்தனையோ போர்க்களங்களில், எவ்வளவோ எதிரிகளோடு மோதிய அனுபவம் கொண்ட ரோமானிய வீரர்களுக்கு அது சுலபமான வேலைதான். தால்மியைக் குறிவைத்தார்கள். கலவரக் கூட்டத்தில் மக்கள் எதிர்பாராத நேரத்தில், வேகத்தில் உள்ளே புகுந்தார்கள். சட்டெனத் தூக்கினார்கள். என்ன நடக்கிறது என்று கலவரக்காரர்கள் உணர்ந்துகொள்ளும் முன்பாகவே அங்கிருந்து மறைந்துவிட்டார்கள்.

●

தன் மாளிகையில் அந்த உயரமான மாடத்தில் சீஸர் வந்து நின்றார். வெளியே ஏகப்பட்ட மக்கள் கூடியிருந்தார்கள். சீஸருக்கு எதிராகக் கூச்சலிட்டுக் கொண்டிருந்தார்கள். சீஸரைக் கண்டதும் சத்தம் அதிகரித்தது. சீஸர் அவர்களைக் கொஞ்சம் அமைதியாக இருக்கும்படி சைகை காட்டினார்.

'என் அன்புக்குரிய அலெக்ஸாண்ட்ரியா மக்களே! நான் உங்களிடம் கொஞ்சம் பேச விரும்புகிறேன்.'

கூச்சல் குறைய ஆரம்பித்தது.

'மறைந்த உங்கள் அரசர், மரியாதைக்குரிய பன்னிரண்டாம் தால்மியின் நண்பன் நான். அவரது பிரதிநிதியாகத்தான் உங்கள் முன் நிற்கிறேன். பதிமூன்றாம் தால்மிக்கோ அல்லது கிளியோபாட்ராவுக்கோ எகிப்தை ஆளும் உரிமையைத் தூக்கிக் கொடுத்துவிடும் அதிகாரம் எனக்கில்லை. பதவிக்காக நடக்கும் இந்த உரிமைப் போரில் எகிப்து மக்களின் நலனுக்குப் பாதிப்பு வந்துவிடக் கூடாது என்பது மட்டுமே என் ஒரே கவலை. இரு தரப்பினரும் ஏற்றுக்கொள்ளும் வகையில் ஏதாவது தீர்வு கிடைத்தால் நானும் மகிழ்ச்சியடைவேன். இன்னும் ஒன்றையும் உங்களுக்குச் சொல்லிக் கொள்ள விரும்புகிறேன். நான் என் படைகளோடு விரைவிலேயே இங்கிருந்து கிளம்பிவிடுவேன்.'

சீஸரின் பேச்சைக் கேட்ட மக்கள் எளிதில் சமாதானமானார்கள். அங்கிருந்து கலைந்துபோக ஆரம்பித்தார்கள்.

'அரண்மனைக் கைதியாக' சீஸரின் கட்டுப்பாட்டில் இருந்தார் பதிமூன்றாம் தால்மி.

●

மறுநாள். அலெக்ஸாண்ட்ரியாவில் அவை கூடியது. அவை உறுப்பினர்கள், முக்கியஸ்தர்கள் அனைவருடைய முன்னிலையில் கிளியோபாட்ராவும், பதிமூன்றாம் தால்மியும் உட்கார வைக்கப்பட்டனர். சீஸர் என்ன சொல்லப் போகிறார் என்று எல்லோரும் ஆவலுடனும் குழப்பத்துடனும் காத்திருந்தனர். அவர் சைகை காட்டினார். ஓர் ஆவணம் அங்கே கொண்டு வரப்பட்டது.

அது, பன்னிரண்டாம் தால்மி ரோம் செனட்டுக்கு அனுப்பிய இறுதிக் கடிதம். தனக்குப் பின் எகிப்தை யார் ஆள வேண்டும் என்று எழுதி வைத்த சாசனம். அதன் நகலை ரோமில் ஏற்கெனவே சீஸர் படித்திருக்கிறார். அசல் அலெக்ஸாண்ட்ரியாவில்தான் பாதுகாப்பாக வைக்கப்பட்டிருந்தது. அதுதான் அப்போது அவைக்குக் கொண்டு வரப்பட்டு வாசிக்கப்பட்டது.

'... கிளியோபாட்ராவும் பதிமூன்றாம் தால்மியும் திருமணம் செய்துகொள்ள வேண்டும். அதன்பின்னரே அவர்களுக்கு எகிப்தைச் சேர்ந்து ஆளும் அதிகாரம் வழங்கப்பட வேண்டும். எகிப்தின் நலம் விரும்பும் ரோமின் அரசாங்கப் பிரதிநிதி, இங்கே அரசருக்கும் அரசிக்கும் பாதுகாவலனாகச் செயல்படுவார்...'

பலருடைய முகத்தில் தெளிவு. பின்பு சீஸர் புன்னகையுடன் அழுத்தமாகத் தன் அறிவிப்பை வெளியிட்டார்.

'அரசி கிளியோபாட்ரா எகிப்தை ஆளும் அதிகாரத்தைத் தன் சகோதரன் தால்மியுடன் பகிர்ந்துகொண்டு செயல்படுவார். நான் ரோம் அரசின் பிரதிநிதியாக எகிப்து அரசர், அரசி இருவருடைய பாதுகாவலனாக, நலம் விரும்பியாக என்றும் இருப்பேன். அது என் கடமை.'

கிளியோபாட்ராவும், பதிமூன்றாம் தால்மியும் எகிப்தை எடுத்துக் கொண்டால் அவர்களது உடன்பிறப்புகளான பதினான்காம் தால்மியும் அர்சினோவும் என்ன செய்வார்கள்? அவர்களுக்காகவும் சீஸர் ஓர் அறிவிப்பை வெளியிட்டார். 'ரோம் அரசின் கட்டுப்பாட்டிலுள்ள சைப்ரஸ் தீவை பதினான்காம் தால்மிக்கும்

இளவரசி அர்சினோவுக்கும் பரிசாக அளிக்க ஆவண செய்கிறேன்.'

அவையில் கூடியிருந்த அனைவருக்கும் திருப்தி. பதிமூன்றாம் தால்மியின் முகம் செத்துப் போயிருந்தது. கிளியோபாட்ரா வுக்கும் ஏமாற்றம்தான், இருந்தாலும் மீண்டும் அரசியாக அங்கீ கரிக்கப்பட்ட சந்தோஷம். தன் பொறுமையை முற்றிலும் இழந் திருந்த போதினெஸ், யாரும் அறியாதவண்ணம் அவையி லிருந்து வெளியேறினார்.

•

அதே சமயத்தில் சீஸர், கொண்டாட்டங்களுக்கான ஏற்பாடு களைச் செய்யச் சொல்லியிருந்தார். பதிமூன்றாம் தால்மியும் கிளியோபாட்ராவும் மீண்டும் அரசர், அரசி ஆக்கப்பட்டதைப் பறைசாற்றும் விழா. மக்கள் நடந்த களேபரங்களை எல்லாம் மறந்து மீண்டும் அமைதி காப்பதற்காக ஏகப்பட்ட கேளிக்கை நிகழ்ச்சிகளுக்கு அலெக்ஸாண்ட்ரியா தயாராகிக் கொண்டு இருந்தது.

போதினெஸ் தன் ஆதரவாளர்களுடன் இணைந்து ரகசியக் கூட்டம் ஒன்றைக் கூட்டினார். 'அவையில் சீஸர் பேசியது அனைத்துமே பொய். அரசர் தால்மியை ஒழித்துக் கட்டிவிட்டு, கிளியோபாட்ராவின் கையில் எகிப்தைக் கொடுப்பதே அவரது ரகசியத் திட்டம். இந்த ராஜ்ஜியத்தை ஆளும் அதிகாரம் போயும் போயும் ஒரு பெண்ணின் கையிலா போக வேண்டும்? நம் மதிப்புக்குரிய அரசர் பன்னிரண்டாம் தால்மியின் மரியாதைக் குரிய வாரிசு பதிமூன்றாம் தால்மியை எகிப்தின் தனி அரசராக்கு வதே என் லட்சியம். அதற்காக நாம் சீஸருடன் யுத்தம் ஒன்றை நடத்த வேண்டியிருக்கும். சீஸரை இங்கிருந்து விரட்டினால்தான் நாம் வெல்ல முடியும். உங்கள் முழு ஒத்துழைப்பு இருந்தால் தான் எல்லாமே கைகூடும்.'

போதினெஸின் ஆதரவாளர்கள் அவரோடு கைகோர்த்துத் தயாரானார்கள். பின் அவர், அகில்லஸுடன் தனியாக ஆலோசனை நடத்தினார்.

'பெலுஸியத்தில் நம் படைவீரர்கள் மொத்தம் முப்பதாயிரம் பேர் இருக்கிறார்கள். நீ அவர்களை அழைத்துக் கொண்டு வந்து அலெக்ஸாண்ட்ரியாவைச் சூழ்ந்துவிடு.'

'இங்கே ரோமானிய வீரர்கள் எத்தனை பேர் இருக்கலாம்?'

'சுமார் மூவாயிரத்துக்கும் குறைவு.'

'அவர்கள் நம்மிடம் உயிர்ப்பிச்சை கேட்டு கெஞ்சத்தான் போகிறார்கள்' - போதினெஸின் குரூரக் கண்கள் சிரித்தன.

அகில்லஸ் பெலுஸியத்திலிருந்து எகிப்தியப் படைகளை அழைத்துக் கொண்டு வந்து அலெக்ஸாண்ட்ரியாவில் நுழைந்து அதிரடித் தாக்குதல் நடத்துவது லேசான காரியமா என்ன? ஆங்காங்கே ரோமானிய ஒற்றர்கள் திரிகிறார்கள். சீஸர் உஷா ராகிவிடுவாரே. தவிர எகிப்திய அரசர், அரசி, அமைச்சர்கள், அதிகாரிகள் எல்லாருமே இப்போது சீஸர் கைக்குள். அவர்கள் மூலமாக ஏதாவது அரசாணையைப் பிறப்பிக்கப்படலாம். அது அலெக்ஸாண்ட்ரியா நோக்கி வரும் எகிப்திய வீரர்களைக் குழப்பலாம், அவ்வளவு ஏன் அகில்லஸே குழம்பக் கூடும்.

'அகில்லஸ், தாமதிக்காதே. உடனே பெலுஸியத்துக்குக் கிளம்பு. எகிப்திய வீரர்களைத் தயார்படுத்திக் கொண்டு அலெக் ஸாண்ட்ரியாவுக்கு வா. அவ்வப்போது நீ எங்கே இருக்கிறாய் என்பது குறித்த தகவல்களை ரகசியமாக அனுப்பிக் கொண்டே இரு. உனக்கு ஏதாவது கட்டளைகளோ, செய்திகளோ வந்தால் அடிபணியாதே, நம்பாதே. நான் உனக்கு அனுப்பும் பிரத்யேகக் கட்டளைகளுக்கு மட்டும் கட்டுப்படு. இது நம் இறுதிப் போர். கவனமாக நடந்துகொள்.'

அகில்லஸ் ரகசியமாகக் கிளம்பினார். போதினெஸ், தனது ஒற்றர்கள் மூலம் சீஸரின் நடவடிக்கைகளைக் கவனித்துக் கொண்டே இருந்தார். அடிக்கடி சீஸருடன் நட்பாகப் பேசு வதற்கும் தவறவில்லை.

•

'எகிப்திய வீரர்கள் சுமார் இருபதாயிரம் பேர் அகில்லஸின் தலைமையில் அலெக்ஸாண்ட்ரியாவை நெருங்கிவிட்டார்கள்.'

தகவலைக் கேட்டதும் சீஸர் ஒரு கணம் அதிர்ந்துதான் நின்றார். எதிர்த்துப் போரிட்டுதான் வெல்ல வேண்டும். ஆனால் சிரியா வுக்கு நான் அனுப்பிய தூது சென்று சேர்ந்ததா? அங்கிருந்து ரோமானியப் படை வந்தால் மட்டுமே இங்கிருந்து மீள முடியும்.

சீஸர், அலெக்ஸாண்ட்ரியாவிலிருக்கும் ஆயிரத்து சொச்ச ரோமானிய வீரர்களைக் கொண்டு தற்காப்பு நடவடிக்கை களுக்காகத் திட்டமிட ஆரம்பித்தார். அதே நேரத்தில் அரசர் பதிமூன்றாம் தால்மியின் கட்டளையாக, அலெக்ஸாண்ட்ரியா நோக்கி முன்னேறி வரும் எகிப்தியப் படைகளைத் தடுத்து நிறுத்தும் வகையில் செய்தி ஒன்றையும் அனுப்பி வைத்தார்.

அதைக் கொண்டு சென்ற இரண்டு தூதுவர்களைப் பார்த்து அடையாளம் கண்டுகொண்ட அகில்லஸ், மேற்கொண்டு என்ன ஏதுவென்றே கேட்கவில்லை. அவர்களைக் கொல்லச் சொல்லி உத்தரவிட்டார். ஒருவர் கொல்லப்பட்டார். ஒருவர் காயங் களுடன் தப்பித்துவிட்டார்.

•

கிளியோபாட்ரா தன் மஞ்சத்தில் ஓய்வு எடுத்துக் கொண்டிருந் தாள். லோட்டஸ் கையில் கோப்பையுடன் வந்தாள். கிளியோ பாட்ராவுக்கு உணவு, பானம் எல்லாம் பரிமாறுபவள் அடிமைப் பெண்ணான லோட்டஸ்தான். எதைப் பரிமாறும் முன்பும் அதை கிளியோபாட்ரா முன்பு சுவைத்துப் பார்த்துவிட்டு, அதில் எதுவும் விஷம் கலக்கவில்லை என்று நிரூபிப்பது அவள் வேலை.

அப்போது ஒயின் கோப்பையைக் கையில் எடுத்த லோட்டஸ், அதைப் பருகுவதுபோல உதடுகளில் வைத்தாள். பின் கோப்பை யில் உதடுபட்ட இடத்தைத் தன் கையிலிருந்த துணியால் துடைத் தாள். கோப்பையை அருகிலிருந்த மேசைமீது வைத்தாள். பணிந்து நின்றாள். 'கடவுள் ஐஸிஸின் மகளான கிளியோபாட்ரா வுக்கு வணக்கம். இந்த ஒயினை நான் பருகிவிட்டேன். இதில் தீங்கு இல்லை. இதனால் ஆபத்து எதுவும் நிகழுமானால் அது முதலில் எனக்கே நிகழட்டும்.' தன் வழக்கமான வசனத்தைச் சொல்லிவிட்டு அங்கிருந்து கிளம்ப முயன்றாள்.

'லோட்டஸ்...' - மஞ்சத்தில் இமைகளை மூடியிருந்த கிளியோபாட்ரா அழைத்தாள்.

'அரசி...' - லோட்டஸ் நின்றாள்.

'ஏன் வழக்கத்துக்கு மாறாகக் கோப்பையைத் துடைத்தாய்?'

'என் எச்சில்...'

'உன் குரலில் ஏன் நடுக்கம்?'

லோட்டஸ் ஸ்தம்பித்து நின்றாள். கிளியோபாட்ரா இமைகளைத் திறந்தாள். 'வா. வந்து மீண்டும் பருகு.'

கிளியோபாட்ரா சொன்னதும் பதறிக் காலில் விழுந்த லோட்டஸ், கதற ஆரம்பித்தாள். 'மன்னித்துவிடுங்கள் அரசி. போதினெஸ் என்னை மிரட்டினார். அதனால்தான்...'

'நான் உன்னை மன்னித்துவிட்டேன்.' கிளியோபாட்ரா சொன்னதும் லோட்டஸ் முகத்தில் கொஞ்சம் நிம்மதி. 'வந்து ஒயினைப் பருகு.'

லோட்டஸின் உயிர், விஷம் கலக்கப்பட்ட ஒயினில் கரைந்தது.

●

இருப்பது கொஞ்சம் பேர்தான் என்பதால் எதிரிகளோடு எதிர் எதிரே நின்று சண்டையிடுவதைவிட, மறைந்திருந்து தாக்கு வதும், தற்காத்துக் கொள்வதும்தான் புத்திசாலித்தனம். சீஸரின் வீரர்கள் அதற்கான ஏற்பாடுகளில் மும்மரமாக ஈடுபட்டனர். சீஸர் மீண்டும் சிரியாவுக்கு அவசரத் தூது அனுப்பினார், அப்படியே சைப்ரஸ் தீவுகளுக்கும் அருகிலுள்ள வேறு சில இடங்களுக்கும் தூதுவர்கள் சென்றார்கள். எங்கிருந்து ரோமானியப் படைகள் கிளம்பி வந்தாலும், எத்தனைப் படைகள் வந்தாலும் பலம்தானே.

'சீஸர், கோட்டையின் வடக்குப் பகுதியில் ஒரு ரகசியச் சுரங்கப் பாதை இருக்கிறது. அதன் வழியே சென்றால் துறைமுகத்தை எளிதில் அடைந்துவிடலாம்' - கிளியோபாட்ரா, ஒரு வரை படத்தை வைத்துக் கொண்டு அலெக்ஸாண்ட்ரியா அரண்மனை யின் ரகசிய வழிகளை விளக்கிக் கொண்டிருந்தாள்.

பதிமூன்றாம் தால்மியும் அங்குதான் இருந்தார். அவர்களோடு இணைந்து அகில்லஸின் படைகளை முறியடிக்கத் தோள் கொடுப்பதாக நடித்துக் கொண்டிருந்தார். சீஸர், கிளியோபாட்ரா வின் பாதுகாப்புத் திட்டங்கள் அனைத்தும் பதிமூன்றாம் தால்மி வழியாக போதினெஸுக்கும் அகில்லஸுக்கும் உடனுக்குடன் சென்று கொண்டிருந்தன.

போர்க்கள அனுபவமே இல்லாத பதினைந்து வயது சிறுவனே இத்தனை சதித் திட்டங்கள் தீட்டுகிறான் என்றால், ஐம்பத்தி யிரண்டு வயது சீஸர் சும்மா இருப்பாரா என்ன?

போதினெஸின் மாளிகைக்கு அடிக்கடி சென்று வரும் அவரது நம்பிக்கைக்குரிய சவரத் தொழிலாளியை வரவழைத்தார். அன்புடன் கவனித்தார். அகமகிழ்ந்த அந்தத் தொழிலாளி போதினெஸை வேவு பார்க்கச் சம்மதித்தார். அவர் மூலம் போதினெஸின் நடவடிக்கைகள், திட்டங்கள் சில சீஸருக்குத் தெரிய வந்தன. அதில் உச்சகட்டமாக போதினெஸ், அகில்ல ஸுக்கு எழுதிய ரகசியக் கடிதம் ஒன்று, சவரத் தொழிலாளியின் உதவியுடன் சீஸரின் கைக்கு வந்தது. போதினெஸ், எகிப்து அரசருக்கும் அரசிக்கும் எதிராகப் படை திரட்டுகிறார், தால்மி யின் பரம்பரைக்குத் துரோகம் செய்கிறார் என்று அதன் மூலம் நிரூபணம் ஆனது.

போதினெஸுக்கு மரண தண்டனை விதிக்கப்பட்டது*.

•

'இத்தனைக் காலம் தால்மியின் பரம்பரைக்கு விசுவாசமாக உழைத்த போதினெஸுக்கு நேர்ந்த கதியைப் பார்த்தீர்களா' - கிளியோபாட்ராவின் தங்கையான இருபது வயது இளவரசி அர்சினோ அதிர்ந்து போயிருந்தாள்.

'சீஸரின் ஆணவத்தை அகில்லஸ் வந்துதான் அடக்க வேண்டும். அலெக்ஸாண்ட்ரியாவில் தால்மியின் கோட்டைக்குள்தான் தாம் இருக்கிறோம் என்பதை மறந்து ஆடிக் கொண்டிருக்கிறார் அவர். விரைவில் அதற்கு முடிவு கட்டுவோம்' - சொன்னவர் கெனிமெட்** (Ganymede). அர்சினோவின் பாதுகாவலர், செயலாளர்.

---

* போதினெஸின் தலை வெட்டப்பட்டது. பின்பு அதை அலெக்ஸாண்ட்ரியா வின் அரண்மனைக்கு வெளியே ஓர் ஈட்டியில் செருகி காட்சிக்கு வைத்திருந் தார்கள் என்கிறது ஒரு குறிப்பு. ஒயின் விஷம் கலந்து அதை வலுக்கட்டாய மாகக் குடிக்க வைத்துக் கொன்றார்கள் என்கிறது இன்னொரு குறிப்பு. போதினெஸ் கொல்லப்பட்டது கி.மு. 48ன் இறுதியில் அல்லது கி.மு. 47ன் ஆரம்பத்தில் இருக்கலாம்.

** இவர் ஒரு திருநங்கை. அந்தப்புரங்களில் திருநங்கைகளைக் காவலர்களாக நியமிக்கும் வழக்கம் காலம் காலமாக இருந்துவந்தது. தவிர இளவரசிகள், அரசிகளின் செயலாளர்களாகவும் திருநங்கைகள் இருந்து வந்தார்கள்.

‘அடுத்து நாம் என்ன செய்யலாம்?’ - அர்சினோ கேட்டாள். சைப்ரஸ் தீவுகளை அர்சினோவுக்கும், பதினான்காம் தால்மிக்கும் பரிசாக அளிப்பதாக சீஸர் அவையில் வைத்து அறிவித்திருந்தார். ஆனால் அதற்கான முயற்சிகளை அவர் எடுப்பதற்கு முன்பே வேறு பிரச்னைகள். பொறுமை இழந்திருந்திருந்த அர்சினோ, கெனிமெடின் தூண்டுதலினால் போதினெஸின் பக்கம் சாய்ந்திருந்தாள். போதினெஸுக்கு நேர்ந்த கதி அவர்களை மட்டுமல்ல, அவருக்கு மறைமுகமாக உதவி செய்து கொண்டிருந்த பலரையும் உலுக்கியிருந்தது.

‘இளவரசி, இனி நாம் அலெக்ஸாண்ட்ரியாவில் இருப்பது நல்லதல்ல. இங்கிருந்து தப்பித்துவிடலாம்.’

அர்சினோ தயங்கவில்லை. கெனிமெடுடன் அரண்மனையிலிருந்து ரகசியமாகத் தப்பித்தாள், பின் அலெக்ஸாண்ட்ரியாவிலிருந்து. அகில்லஸோடு இணைந்து போரிட்டு வென்றுவிட்டால், கிளியோபாட்ராவை ஒழித்துக் கட்டிவிடலாம், சீஸரை அடித்துத் துரத்திவிடலாம், தான் எகிப்தின் அரசியாகிவிடலாம் என்பது அர்சினோவின் மனக்கணக்கு.

போதினெஸை இழந்து தவித்துக் கொண்டிருந்த அகில்லஸுக்கு, அர்சினோவின் வரவு பெரிய பலமாகத் தெரிந்தது. மகிழ்ச்சியுடன் வரவேற்றார். ஆக, அகில்லஸ், அர்சினோ, கெனிமெட், போதினெஸ் ஆதரவாளர்கள் ஒரு புறம். ஜூலியஸ் சீஸர், கிளியோபாட்ரா இன்னொரு புறம்.

பதிமூன்றாம் தால்மி? சீஸரின் கட்டுப்பாட்டில் இருந்த அவர், எந்தச் சகோதரியின் பக்கம் சாய்ந்தால் தனக்கு நல்லது என்று புரியாமல் தவித்துக் கொண்டிருந்தார்.

•

அகில்லஸின் படை அலெக்ஸாண்ட்ரியாவைச் சூழ்ந்து கொண்டிருந்தது. மொத்தம் இரண்டாயிரம் குதிரை வீரர்கள். தரைப் படை வீரர்களில் பெரும்பாலானோர் எகிப்தியர்கள். அனைவருக்குமே அலெக்ஸாண்ட்ரியாவின் இண்டு இடுக்குகள்கூடப் பரிச்சயம். அரண்மனை கோட்டைச் சுவரில் எந்தப் பக்கம் எத்தனைக் கற்கள் இருக்கின்றன என்று சொல்லுமளவுக்கு அனுபவம் மிக்கவர்கள். தவிர பிற நாடுகளில் இருந்து கைதிகளாகப்

பிடிக்கப்பட்ட வீரர்களும் அடிமைகளும் அகில்லஸின் படையில் இருந்தார்கள்.

சீஸரின் படை குளிருக்குப் போர்வைக்குள் இருப்பதுபோல பதுங்கிக் கிடந்தது. சீஸரோடு போம்பேயைப் பிடிக்க வந்த ரோமானிய வீரர்கள். உடன், மார்க் ஆண்டனி பன்னிரண்டாம் தால்மிக்குப் பாதுகாப்பாக விட்டுச் சென்ற வீரர்கள். அந்த வீரர்களுக்கு அலெக்ஸாண்ட்ரியா பரிச்சயமாகியிருந்தது. எது வென்றாலும் எதிர்கொள்ள வேண்டும் என்ற மனநிலையில் ரோமானிய வீரர்கள் தயாராகத்தான் இருந்தார்கள். கிளியோபாட்ரா ஆதரவு எகிப்திய வீரர்கள் சிலரும் பக்கபலமாக நின்றார்கள்.

சீஸரிடம் அப்போது பலம் இல்லை என்பதே நிஜம். ஆனால் மனோபலம் பல மடங்கு பெருகியிருந்தது. காரணம் கிளியோபாட்ரா.

இந்தப் போர் என் காதலிக்காக நான் செய்ய வேண்டிய கடமை. அவள் முன் என் வீரத்தை நான் நிரூபிக்க வேண்டுமல்லவா. எனக்குக் கிடைத்த அருமையான வாய்ப்பு இது. இதில் வென்று எகிப்தை நான் அவளுக்குக் காதல் பரிசாகக் கொடுப்பேன். அவள் என்னை மட்டுமே நம்புகிறாள். என்னோடு தோள் கொடுத்து நிற்கிறாள். அதுபோதும். எவனை வேண்டுமானாலும் என்னால் வீழ்த்த முடியும்.

உதவிக்கு வெளியிலிருந்து ரோமானியப் படை வரும்வரை இருக்கின்ற ரோமானிய வீரர்களைக் கொண்டு அலெக்ஸாண்ட்ரியா அரண்மனையைத் தக்க வைத்துக் கொள்வதுதான் சீஸரின் திட்டம். எனவே நகரின் பிற பகுதிகளிலிருந்த ரோமானிய வீரர்கள் அனைவருமே அரண்மனை வளாகத்துக்கு அழைக்கப்பட்டனர். அரண்மனை, அதைச் சுற்றியமைந்த கோட்டைச் சுவர், அதன் அருகிலிருக்கும் சிறிய கோட்டைகள், கண்காணிப்புக் கோபுரங்கள் ஆகியவற்றில் பாதுகாப்பு நடவடிக்கைகளை மேற்கொண்டார்கள். கோட்டைச் சுவர்களின் மேல் கற்களை, ஆயுதங்களை எறியும் எந்திரங்கள் கட்டப்பட்டன.

சீஸர், அரண்மனை வளாகத்துக்கு அருகிலமைந்த பிற கட்டடங்கள், வீடுகளை இடிக்கச் சொன்னார். காரணம், அவை எதிரிகள் பதுங்கியிருந்து தாக்குவதற்கு வசதியான இடங்களாக மாறிவிடக் கூடாதே. இடிக்கப்பட்ட கட்டடங்களிலிருந்து பெரிய கற்கள்,

மரத்துண்டுகள், பிற கனமான பொருள்கள் கவனமாகச் சேகரிக்கப்பட்டன. கோட்டைச் சுவர் எறி எந்திரங்களில் வைத்து எதிரிகள் மேல் எறிவதற்காக. எங்கெங்கு கிடைக்குமோ, அங்கிருந்தெல்லாம் உணவுப் பொருள்களும் ஆயுதங்களும் சேகரித்து வைக்கப்பட்டன. நகரின் பிற பகுதிகளில் அமைந்த கிடங்குகளில் உள்ள தானியங்களும் ஆயுதங்களும் அரண் மனைக்குக் கொண்டு வரப்பட்டன.

கடற்கரையை ஒட்டித்தான் அரண்மனை அமைந்திருந்தது. அரண்மனையின் பெரிய சன்னல்கள் வழியே பார்த்தால் கடற் கரையும், அலெக்ஸாண்ட்ரியா துறைமுகமும், ஒரு மைல் தொலைவில் தள்ளி அமைந்துள்ள குட்டித் தீவும், அதிலுள்ள பரோஸ் கலங்கரை விளக்கமும் நன்றாகத் தெரியும். தீவுக்குச் செல்ல சற்றே அகலமான பாலம் ஒன்று அமைக்கப்பட்டிருந் தது. சிறு தீவிலும் சிறிய கோட்டைகள், வீடுகள் இருந்தன. சுற்றிலும் கோட்டைச் சுவரும் கட்டப்பட்டிருந்தது. அங்கே பெரும்பாலும் மீனவர்கள், கப்பல் கட்டுபவர்கள், வணிகர்கள் போன்றவர்கள் தங்கியிருந்தார்கள். ஆனால் அந்தத் தீவையும், அதற்குச் செல்லும் பாலத்தையும் அலெக்ஸாண்ட்ரியாவிலிருந்த அகில்லெஸ் ஆதரவாளர்கள் பிடித்து வைத்திருந்தார்கள். கரை யிலிருந்து பாலத்துக்கு வலப்புறம்தான் துறைமுகத்தின் பெரும் பகுதி அமைந்திருந்தது. அதில் எகிப்தியக் கப்பல்கள், ஆயுதம் தாங்கிய கப்பல்கள் எல்லாம் நின்று கொண்டிருந்தன.

அகில்லெஸ் வீரர்கள் வந்து அந்தப் பாலத்தையும் தீவையும் ஆக்கிரமித்துக் கொண்டால் கிட்டத்தட்ட முழு துறைமுகமும் அவர் வசம் சென்றுவிடும். தவிர அந்தக் கப்பல்கள் கூடுதல் பலமாக அமைந்துவிடும். அரண்மனையை அவர்கள் முழுதாகச் சுற்றி வளைப்பதற்கு ஏதுவாக அது அமைந்துவிடும். அதை மட்டும் தடுக்காவிட்டால் அரண்மனைக்குள் உணவோ, தண்ணீரோ கொண்டு வருவதற்கான அனைத்து வழிகளும் அடைக்கப்பட்டு விடும்.

சீஸரும் கிளியோபாட்ராவும் அரண்மனைக்குள் இருந்து, சன்னல் வழியே துறைமுகத்தைப் பார்த்தபடியே திட்டம் போட்டார்கள். திட்டம் ஒன்று உருவானது.

ரோமானிய வீரர்கள் அடங்கிய குழு ஒன்று சிறு படகுகளில் ஏறினார்கள். துறைமுகத்தில் நின்றிருந்த அனைத்து எகிப்திய

கப்பல்களுக்கும் தீ வைத்தார்கள். அப்படியே அந்தத் தீவுக்குச் சென்றார்கள். அதிரடியாகக் கோட்டைக்குள் புகுந்தார்கள். அங்கே இருந்த சொற்ப எகிப்திய வீரர்களை விரட்டியடித் தார்கள். தீவைத் தம் வசம் ஆக்கிக் கொண்டார்கள். அனைத்தும் திட்டமிட்டபடியே வெற்றிகரமாக நடந்தன.

சன்னல் வழியே எல்லாவற்றையும் பார்த்துக் கொண்டிருந்த கிளியோபாட்ரா, ஆர்ப்பரித்தபடி சீஸரை அணைத்துக் கொண் டாள். ஆனால் அணைக்கவே முடியாதபடி கப்பல்கள் பற்றி எரிந்து கொண்டிருந்தன. அந்தச் சமயத்தில் பலமாக வீசிய காற்று, சில கப்பல்களை அப்படியே கரையை நோக்கித் தள்ளிக்கொண்டு வந்தது. துறைமுகத்தில் தளத்தில் மோதி உடைந்த கப்பல்களிலிருந்து நெருப்புத் துண்டுகள் பறந்தன. கரைக்கு அருகிலிருந்த கட்டடங்களில் நெருப்பு பரவியது. கட்டுப்படுத்தவே முடியவில்லை. அலெக்ஸாண்ட்ரியாவின் பழமைவாய்ந்த நூலகத்தில் ஒரு பெரும் பகுதியும், மிக அரிய பல புத்தகங்களும் அதில் எரிந்துபோயின. ஈடு செய்ய முடியாத பேரிழப்பு.

கிளியோபாட்ராவின் கண்களில் கட்டுப்படுத்த முடியாமல் கண்ணீர் பெருகிக் கொண்டிருந்தது. அவளை எப்படித் தேற்றுவது என்று புரியாமல் சீஸரும் தவித்துக் கொண்டிருந்தார்.

●

'அவன் சொல்படி நடந்தால் நம்மால் இந்தப் போரில் வெல்லவே முடியாது.' கெனிமெட் பல்லைக் கடித்தார். அகில்லஸோடு வந்து இணைந்த சில நாள்களிலேயே அவர் களுக்குள் பிரச்னை மூண்டது. யார் பெரியவன் என்கிற யுத்தம் தான். அகில்லஸின் தலைமையில் பாதி பேரும், கெனிமெட், இளவரசி அர்சினோ தலைமையில் மீதி பேரும் பிரிந்து நின்றார்கள். அந்த ஒற்றுமையின்மை அவர்களது பலத்தைப் பாதியாக்கியிருந்தது.

அலெக்ஸாண்ட்ரியாவுக்குள் படைகளுடன் நுழைந்த அர்சினோ, எகிப்திய கப்பல்கள் எரிக்கப்பட்ட விஷயம் கேட்டு அதிர்ந்து நின்றாள். கோபத்தில் குதிக்க ஆரம்பித்தாள். இதுதான் சமயம் என்று கெனிமெடும் அவளைத் தூண்டிவிட்டார். 'இந்த அகில்லஸ்தான் தாமதப்படுத்திவிட்டான். நாம் இன்னும் கொஞ்சம் விரைவாகச் செயல்பட்டிருந்தால் எப்போதோ

அலெக்ஸாண்ட்ரியா துறைமுகத்தைக் கைப்பற்றியிருக்கலாம். பெருத்த நஷ்டம். எல்லாவற்றுக்கும் இவன்தான் காரணம்.'

அர்சினோ கொஞ்சம்கூட யோசிக்கவில்லை. தன் ஆதரவு வீரர்களுக்குச் சைகை காட்டினாள். அகில்லஸை தனியாகச் சுற்றிவளைத்துக் கொன்றனர்.

படைகளை வழிநடத்தும் தலைமைத் தளபதி பொறுப்பை கெனிமெட் ஏற்றுக் கொண்டார். அது அகில்லஸ் படை வீரர்களிடையே கொஞ்சம் சலசலப்பை ஏற்படுத்தியது. இருந்தாலும் கெனிமெட் ஒரு சர்வாதிகாரி போல நடக்க ஆரம்பித்தார். எகிப்திய வீரர்கள் அலெக்ஸாண்ட்ரியாவின் ஒவ்வொரு இடங்களையும் கைப்பற்ற ஆரம்பித்தார்கள். அரண்மனையைச் சுற்றி நின்று தாக்குதல் நடத்துவதற்காக வியூகங்கள் அமைத்தனர்.

ஆங்காங்கே தாற்காலிக 'இரும்புப் பட்டறைகளும்' முளைத்தன. அதில் வாள், கேடயம், ஈட்டி, அம்பு போன்ற ஆயுதங்கள் வேகவேகமாகத் தயாரிக்கப்பட்டன. பெரிய சக்கரங்கள் பொருத்தப்பட்ட, கண்காணிப்புக் கோபுரங்கள் கட்டப்பட்டன. நகர்த்திச் செல்லும்படியான அந்தக் கோபுரங்களுக்குள் பத்து, பதினைந்து வீரர்கள் இருந்துகொண்டு எதிரிகள் மீது தாக்குதல் நடத்தலாம். இவைபோக, கோட்டைச் சுவரை உடைத்துக் கொண்டு உள்ளே செல்லும்படியான 'ராட்சஸ இடிப்பான்கள்' அவசர அவசரமாகக் கட்டப்பட்டன.

கெனிமெட் அங்கே தனக்குத் தெரிந்த செல்வந்தர்களிடம் பேசி, இயன்ற அளவு நிதி திரட்டிக் கொண்டார். 'இது எகிப்தின் சுதந்தரத்துக்கு ஏற்பட்டுள்ள பேராபத்து. சீஸரிடம் அலெக்ஸாண்ட்ரியா வீழ்ந்துவிட்டதென்றால், நம் தாய்மண்ணான எகிப்தையே இழந்துவிடுவோம். இந்தச் சமயத்தில் ஒன்றுகூடிப் போராட வேண்டியது எகிப்தியர்களின் கடமை. அந்நியர்களை விரட்டி எகிப்தைக் காப்போம்' என்று பிரசாரம் செய்த கெனிமெட், மக்களிடமும் நிதி, உணவுப் பொருள்கள் திரட்டினார்.

'அரண்மனைக்குள் உணவுப் பொருள்கள் கொண்டு செல்லும் பாதைகள் அனைத்தையும் கைப்பற்றுங்கள்.' கெனிமெடின் அடுத்த கட்டளை இது. பசியால் துடிதுடித்து ரோமானியர்கள் சரணடைந்துவிடுவார்கள் என்பது அவருடைய நம்பிக்கை. ஆனால் ஏராளமான உணவுப் பொருள்களையும், மிதமிஞ்சிய சோளத்தையும் சீஸர் சேகரித்து வைத்திருந்தார். எனவே

பாதிப்பில்லை. அதைத் தெரிந்துகொண்ட கெனிமெட், அடுத்த கட்டளையை இட்டார்.

'அரண்மனைக்குள் நீர் செல்லும் பாதையை அடைத்து விடுங்கள்.'

அலெக்ஸாண்ட்ரியாவின் அரண்மனைக்குள் நைல் நதியில் இருந்து நேரடியாக நீர் செல்வது போன்ற வசதி செய்யப் பட்டிருந்தது. பாதாளம் வழியே செல்லும் கால்வாய்கள், ராட்சஸ நீர் ஏற்றங்கள், நீரோடைகள் என்று விதவிதமான அமைப்புகள். ஒவ்வொன்றையும் அடைப்பது சுலபமல்ல. எனவே கெனிமெட், அரண்மனைக்குள் செல்லும் நல்ல நீரோடு, கடல் நீரைக் கலக்கும் விதமாக கால்வாய் ஒன்றை வெட்டச் சொன்னார். வெட்டினார்கள். கலந்தது.

அரண்மனைக்குள் உள்ளவர்களுக்கு முதலில் எந்த வித்தியாசமும் தெரியவில்லை. பின் நீரின் சுவையில் ஏதோ மாற்றம் இருப்பதை உணர்ந்தார்கள். போகப் போக நீரைச் சுத்தமாக உபயோகிக்க இயலவில்லை.

இந்தக் கட்டத்தில் ரோமானிய வீரர்களின் நம்பிக்கை முற்றிலும் சிதைக்கப்பட்டிருந்தது. 'இனி தாங்காது. துறைமுகம் நம் கட்டுப் பாட்டில்தான் இருக்கிறது. கப்பல்களில் ஏறி அப்படியே கிளம்பி விடுவோம். இந்தச் சூழலில் அலெக்ஸாண்ட்ரியா நமக்குத் தேவையே இல்லை.'

சீஸரின் ஒரே தேவையாக இருந்தாள் கிளியோபாட்ரா. அவர், தன் வீரர்களின் புலம்பலுக்காக வருத்தப்படவே இல்லை. வீரர்கள், அரண்மனைப் பணியாளர்கள் எல்லோரும் இணைந்த சிறு சிறு குழுக்களை அமைத்தார். ஒவ்வொரு குழுவுக்கும் ஒரு தலைவர். அரண்மனை வளாகத்தில் ஆங்காங்கே கிணறுகள் வெட்டச் சொன்னார். வேலைகள் ஆரம்பித்தன. ஓரளவு ஆழத்தில் நல்ல நீர் ஊற ஆரம்பித்தது, வறண்டு கிடந்த ரோமானிய வீரர்களின் நம்பிக்கையும்.

•

'கடலில் வடதிசையில் ரோமானியப் படை ஒன்று பாய்மரக் கப்பலில் காத்திருக்கிறது' - சீஸருக்கு நல்ல செய்தி கிடைத்தது. ஆனால், பாய்மரக் கப்பல் பழுதடைந்திருந்தது. காற்றும்

பலமாக இருந்ததால் சீஸருக்கு உதவ வந்த அந்த ரோமானிய வீரர்களால் கரையை அடைய முடியவில்லை. நடுக்கடலில் நீர், உணவு இன்றி தவிக்கும் நிலை. எனவே சிறு படகு ஒன்றில் இருவர் மட்டும் வந்து செய்தி சொன்னார்கள். அந்தப் பாய்மரக் கப்பலில் ஆயுதங்கள், வெடிபொருள்களோடு வீரர்களும் இருந்தார்கள். சிறிய அளவுதான் என்றாலும் இப்போதைக்கு அது கிடைத்தாலே பெரிய பலம்.

சீஸரே கடலில் இறங்கினார். எதிரிகள் கண்ணில் பட்டுவிட்டால் ஆபத்துதான். இருந்தாலும் அலெக்ஸாண்ட்ரியாவின் கடற்கரை அமைப்பு அதற்கு உதவி செய்தது. கரையில் இருந்து பார்த்தால் நில மட்டத்தைவிட கடல் அதிக உயரமாகத் தெரியும். கரையில் இருந்து கிளம்பும் படகுகள், கொஞ்ச தூரத்திற்கெல்லாம் கண் பார்வையில் இருந்து மறைந்து போய்விடும். அந்த நம்பிக்கை யில்தான் சீஸர், தன் வசமிருந்த படகில் ஏறியிருந்தார். கூடவே சில படகுகளும் அவரைப் பின் தொடர்ந்தன.

கிளியோபாட்ராவுக்கு உணவு, ஒயின் எதுவும் இறங்கவில்லை. சீஸர் பாதுகாப்பாகத் திரும்பி வருவாரா என்ற கவலை மட்டுமே அவள் மனத்தை ஆக்கிரமித்திருந்தது. அரண்மனையில் சன்ன லில் நின்றபடி கடலையே நோக்கிக் கொண்டிருந்தாள்.

சீஸரும், உடன் சென்றவர்களும் பாய்மரக் கப்பலைக் கண்டடைந்தார்கள். நடுக் கடலில் தவித்துக் கொண்டிருந்தவர் களுக்கு முதலில் உணவும் நீரும் அளிக்கப்பட்டன. பின் ஆயுதங் கள், வெடிபொருள்கள் எல்லாம் கவனமாகப் படகுகளுக்கு இடம் மாற்றப்பட்டன. புதிதாக வந்த ரோமானிய வீரர்களும் உதவிக்கு வந்த படகுகளில் ஏறினார்கள்.

இந்த விஷயங்களைக் கடலில் அலெக்ஸாண்ட்ரியாவின் மீனவர் கள் சிலர் பார்த்துவிட்டார்கள். அந்த மீனவர்கள் கரைக்கு மீன் களை விற்பதற்காகச் சென்றார்கள். கெனிமெடின் வீரர்கள் அந்த மீனவர்களைப் பிடித்து விசாரித்தார்கள். அப்போது அவர்களுக்கு விஷயம் தெரிய வந்தது. ரோமானிய வீரர்கள் கடலில் ஏதோ செய்து கொண்டிருக்கிறார்கள். புதிதாகக் கப்பல் ஒன்று வந்திருக் கிறது. சீஸரும் கடலில்தான் இருக்கிறார்.

கெனிமெடின் மூளை சுறுசுறுப்பாக இயங்கியது. இதில் ரோமானி யர்களை வீழ்த்திவிட்டால், துறைமுகம், தீவு, கலங்கரை விளக்கம்,

பாலம் அனைத்தையும் தன் கட்டுப்பாட்டின் கீழ் கொண்டு வந்துவிடலாம். பிறகு கடல் வழியும் அவர்களுக்கு அடைக்கப் பட்டுவிடும். கட்டளை இட்டார். 'படகுகளைத் திரட்டுங்கள். பல திசைகளிலிருந்து கிளம்பிச் சென்று ரோமானியர்களைக் கடலிலேயே சுற்றி வளையுங்கள். சீஸருக்குக் கடலிலேயே நாம் முடிவு கட்டுவோம்.'

கட்டளை வெகு வேகமாகப் பரப்பப்பட்டது. கண்ணில் தெரிந்த மரவீடுகளை எல்லாம் பிரித்து சிறு சிறு கட்டுமரங்கள் உருவாக்கி னார்கள். கிடைத்த படகுகளில் எல்லாம் எகிப்திய வீரர்கள் ஆயுதங்களோடு ஏறினார்கள். நைல் நதியின் பல கிளைகளி லிருந்து படகுகள், மத்திய தரைக்கடலை நோக்கி விரைந்தன.

அதே சமயத்தில் சீஸர், துறைமுகத்தை நெருங்கிக் கொண்டிருந் தார். ரோமானிய வீரர்கள் சென்ற படகுகள் பார்வையில் தெரிய வும் கிளியோபாட்ராவின் முகத்தில் மலர்ச்சி. அதே சமயத்தில் கடலில் பல திசைகளிலிருந்தும் சிறு சிறு படகுகள் முளைத்தன. மோதல். வெடிபொருள்கள் இருந்ததால் ரோமானியர்கள், தம்மைச் சூழ்ந்த எகிப்தியப் படகுகளை எளிதில் சிதறடித்தார் கள். தீ வைத்தார்கள். மூழ்கடித்தார்கள். சில எகிப்திய வீரர் களைச் சிறைபிடித்தார்கள். சீஸர் பாதுகாப்பாகத் தரையிறங்கி னார். புதிதாக வந்த ரோமானியப் படைக்கும் சேதாரமில்லை. சீஸருக்காகக் கரையில் காத்திருந்த ரோமானிய வீரர்கள், உற்சாக மிகுதியில் கோஷமிட்டார்கள். இந்த வெற்றியினால் துறை முகம், கடற்கரைப் பகுதி முழுவதுமே சீஸரின் கட்டுப்பாட்டில் வந்தது.

அத்தனை நேரம் பிரிந்திருந்த கதாநாயகன் தன்னைக் காண வந்ததும், கிளியோபாட்ரா தன் உதடுகளை சீஸரின் உதடு களிலிருந்து பிரிக்க வெகுநேரம் பிடித்தது.

●

கெனிமெட், அர்சினோ மீது எகிப்திய வீரர்கள் பலருக்கும் கோபம் அதிகரித்திருந்தது. ஏற்கெனவே அகில்லஸ் கொலை செய்யப்பட்டதிலேயே அவர்களுக்கு அதிருப்தி எழுந்திருந்தது. கிட்டத்தட்ட அவர்கள் தமது வீரர்களின் ஆதரவை இழந்திருந் தார்கள். அதே சமயத்தில் எகிப்தியர்களிடையே 'மூன்றாவது அணி' ஒன்று உருவானது. அதாவது 'பதிமூன்றாம் தால்மி

ஆதரவுக் கூட்டணி.' அவர்கள் சீஸருக்கு ரகசியமாகச் செய்தி அனுப்பினார்கள்.

'எகிப்திய மக்களாகிய நாங்கள் சமாதானத்தையும் அமைதியையும்தான் விரும்புகிறோம். மேற்கொண்டு மோதல் தொடர்வதில் எங்களுக்கு இஷ்டமில்லை. எங்கள் அரசர் பதிமூன்றாம் தால்மியைத் தாங்கள் விடுதலை செய்துவிட்டால் அனைத்துப் பிரச்னைகளுக்கும் முடிவுகட்டி விடலாம். பதிமூன்றாம் தால்மியின் தலைமையில் எகிப்து அரசு அமைவதே எங்கள் விருப்பம்.'

சீஸர், தமக்கு வந்த அந்தத் தூதுக்கு முக்கியத்துவம் கொடுத்தார். சிலரது ஆதரவு மட்டும் கொண்ட, ஆனால் வலிமை, திறமை எதுவுமில்லாத பதிமூன்றாம் தால்மியை விடுதலை செய்வதால் அவருக்கு எந்தவிதப் பாதிப்பும் இல்லை. தவிர, இதனால் அர்சினோ, கெனிமெடின் வலிமை வெகுவாகக் குறைந்து விடுமே. சீஸர், தால்மியை அழைத்துப் பேசினார். எகிப்து மக்களின் விருப்பத்தைத் தெரிவித்தார். அவரை விடுதலை செய்வதாகவும் சொன்னார்.

'அய்யோ, வேண்டவே வேண்டாம். இதன் பின்னால் ஏதோ சதி இருப்பதாகத் தோன்றுகிறது. உங்கள் பாதுகாப்பில் இருப்பதைத் தான் நான் விரும்புகிறேன்.' தால்மி பதறி மறுத்தார். கெஞ்சிக் கண்ணீர் சிந்தினார்.

'எகிப்தின் அரசராகிய தங்களை நான் சிறைபிடித்து வைத்திருப்பதாக மக்கள் நினைக்கிறார்கள். அதனால் இத்தனைக் குழப்பங்கள். தங்களை நான் அரண்மனையில் இருந்து வெளியே அனுப்பினால் எல்லாம் சுமூகமாகி விடுமல்லவா. பயப்படாதீர்கள் அரசரே. தாங்கள் என்றுமே என் நண்பர்தான். தக்க பாதுகாப்புடன்தான் உங்களை அனுப்பி வைப்பேன். விரைவிலேயே மீண்டும் சந்திப்போம்.'

கிளியோபாட்ரா இந்த விஷயங்கள் எதற்கும் எதிர்ப்பு, கருத்து தெரிவிக்கவில்லை. இந்தக் காய் நகர்த்தல் எதற்கு என்று அவளுக்குத் தெளிவாகப் புரிந்தது. பதிமூன்றாம் தால்மி அலெக்ஸாண்ட்ரியா அரண்மனைக் காவலில் இருந்து விடுதலை செய்யப்பட்டார். கூடியிருந்த எகிப்திய வீரர்கள், மக்கள் அவரை ஆரவாரத்துடன் வரவேற்றார்கள். பயந்து நடுங்கிக் கொண்டே வெளியே வந்த தால்மிக்கு, அத்தனை பேரின் ஆர்ப்பரிப்பைப்

பார்த்ததும் தலைகால் புரியவில்லை. நிஜமாகவே தானும் ஒரு வலிமையான தலைவன்தான் என்ற எண்ணம் அவருக்குள் முளைத்தது.

•

'பெலுஸியத்திலிருந்து நல்ல செய்தி வந்திருக்கிறது' என்று சொன்ன சீஸரை ஆச்சரியமாக உற்று நோக்கினாள் கிளியோ பாட்ரா. 'ஆசியாவில் முகாமிட்டிருந்த தளபதி மித்ராடேட்ஸ் ரோமானியப் படைகளோடு வந்து பெலுஸியத்தைக் கைப்பற்றி விட்டார். அலெக்ஸாண்ட்ரியா நோக்கித்தான் வந்து கொண் டிருக்கிறார்.'

கிளியோபாட்ரா முகத்தில் எல்லையில்லா மகிழ்ச்சி.

'விஷயம் எகிப்தியப் படைகளுக்குத் தெரியும் முன்பே நான் அவருடன் இணைய வேண்டும். உடனே கிளம்புகிறேன்.'

'வெற்றி நமக்குத்தான் சீஸர்' - ஆரத் தழுவிக் கொண்டாள். அந்த அணைப்பிலிருந்து அவரால் அவ்வளவு எளிதாக மீள முடிய வில்லை.

•

அலெக்ஸாண்ட்ரியாவுக்குக் கிழக்குப் பகுதியில் மித்ராடேட்ஸ் முகாமிட்டிருந்தார். இரவோடு இரவாக தன் வசமிருந்த சிறிய ரோமானியப் படையுடன் ரகசியமாகக் கிளம்பிய சீஸர், குறுக்குப் பாதையில் அவர்களோடு இணைந்தார். ரோமானியப் படை அலெக்ஸாண்ட்ரியாவைக் கைப்பற்ற வருகிறது என்ற விஷயம், எகிப்திய வீரர்களுக்கு சற்றே தாமதமாகத்தான் தெரிய வந்தது. வேறு வழியில்லை, எகிப்தின் அரசராகிய பதிமூன்றாம் தால்மி தான் எகிப்தியப் படைகளுக்குத் தலைமையேற்க வேண்டும். எகிப்தியப் படை அலெக்ஸாண்ட்ரியாவிலிருந்து கிளம்பியது. அதில் அர்சினோவும் கெனிமேடும் இடம்பெற்றிருந்தார்கள்.

கி.மு. 47ல் நடந்த இந்த அலெக்ஸாண்ட்ரியன் யுத்தத்தின் ஆரம்பத்திலிருந்தே ரோமானியர்களின் கைதான் ஓங்கி யிருந்தது. எகிப்தியப் படைகள் எளிதில் வீழ்த்தப்பட்டன.

பதிமூன்றாம் தால்மியின் முகம் வெளிறிப் போயிருந்தது. அவருக்குப் பாதுகாப்பாகக் களத்தில் நின்ற மெய்க்காப்பாளர்கள்

அனைவருமே காணாமல் போயிருந்தார்கள். உயிருக்குப் பயந்து ஓட ஆரம்பித்தார். எந்தத் திசையில் செல்வது? யோசிக்க நேர மில்லை. கால்கள் சென்ற திசையில் ஓடிக் கொண்டே இருந்தார். வழியெங்கும் பிணங்கள் கால்களை இடறிவிட்டன. கீழே விழுந்த இடங்களில் படுகாயங்களுடன் போராடிக் கொண் டிருக்கும் வீரர்களின் மரண முனகல்களும், காப்பாற்றச் சொல்லிக் கதறும் கெஞ்சல்களும் உயிரை உலுக்கின. அலறிப் புடைத்து எழுந்து மீண்டும் ஓடினார். மீண்டும் தடுமாறி விழுந்தார். அது ஓர் அகழி. அதிலும் பிணங்கள். மரணத்தின் வாசனையை உணர்ந்த தால்மி, கதறியபடி அதிலிருந்து வெளியே வந்தார்.

இதற்கு மேலும் ஓட இயலாது என்று உடல் கெஞ்சியது. ஓடா விட்டால் உயிர் பிழைக்க முடியாது என புத்தி பதறியது. தள்ளாடித் தள்ளாடி நகர்ந்தார். தூரத்தில் நைல் நதியும், அதில் படகுகளும் தெரிந்தன. பலரும் அதை நோக்கித்தான் ஓடிக் கொண்டிருந்தார். தன் முழு சக்தியையும் திரட்டிக் கொண்டு ஆற்றை நோக்கி ஓடினார்.

ஏராளமானோர் தொற்றிக் கொண்டிருக்க, படகு ஒன்று கரையை விட்டுக் கிளம்பிக் கொண்டிருந்தது.

'நில்லுங்கள். நானும் வருகிறேன். என்னைக் காப்பாற்றுங்கள்.'

தால்மியின் அபயக்குரலைக் கவனிக்கும் நிலையில் யாரும் அங்கில்லை. நீருக்குள் இறங்கி ஓடினார். படகை நெருங்கித் தாவி ஏறினார். கொஞ்ச தூரம் நகர்ந்த படகு, பிறகு பாரம் தாங்காமல் கவிழ்ந்தது.

கரை ஒதுங்கிய உடல்களில் எகிப்தின் அரசர் பதிமூன்றாம் தால்மியின் உடலும் இருந்தது.

5. இருபத்து மூன்று காயங்கள்

ரோமானிய வீரர்கள் அணிவகுக்க மாபெரும் ஊர்வலம் அலெக்ஸாண்ட்ரியாவை நோக்கி வந்து கொண்டிருந்தது. தன் காதலிக்கு எகிப்தை மீட்டுக் கொடுத்ததில் சீஸருக்கு எக்கச்சக்க மகிழ்ச்சி. போர்க் களத்தில் பிடிபட்ட இளவரசி அர்சினோவைக் கைது செய்து அழைத்து வந்தார். களத்தில் இருந்து தப்பித் திருந்த கெனிமெட், அதன் பின்பு கொல்லப்பட்டு இருந்தார்.

எகிப்திய வீரர்கள் பலர் களத்தில் இறந்திருந்தார்கள். இருந்தாலும் தன் வெற்றியைக் கொண்டாடும் விதமாக அலெக்ஸாண்ட்ரியாவில் பிரம்மாண்ட நிகழ்ச்சிகளுக்கு ஏற்பாடு செய்தாள் கிளியோ பாட்ரா. இனி அவள்தானே எகிப்தின் அதிகாரபூர்வ அரசி.

இருந்தாலும் எகிப்து மக்களின் ஒப்புக்கொள்ள வேண்டுமே. சீஸரின் ஆதரவினால் ரோமானியர் களின் உதவியுடன் கிடைத்த வெற்றிதானே இது. அரசி மட்டும் ஆள்வதை எகிப்திய மக்கள் ஏற்றுக் கொள்ள மாட்டார்களே. அது தால்மி பரம்பரை வழக்கம் கிடையாதே. அரசன் என்று யாராவது ஒருவர் பெயரளவுக்காவது இருக்க வேண்டுமே.

பதினான்காம் தால்மி. வயது பதிமூன்று. பன்னி ரண்டாம் தால்மியின் கடைசி வாரிசு. சுற்றி நடக்கும் குழப்பங்கள் எதைப்பற்றியும் கவலைப்படாமல் அரண்மனையில் தன் நண்பர்களுடன் விளையாடிக் கொண்டிருந்த இளவரசர். கிளியோபாட்ரா, அந்தச் சிறுவனைத் தன் அடுத்த கணவன் ஆக்கிக்

கொண்டாள். எல்லாம் சீஸரின் ஏற்பாடுதான். பதினான்காம் தால்மிக்கு பதினைந்து வயது ஆகும்போது, அவர் கிளியோ பாட்ராவுடன் சேர்ந்து ஆளும் வகையில் எகிப்தின் அரசராக அதிகாரம் பெறுவார். அதுவரை கிளியோபாட்ராவின் சுயாட்சியே.

காதலின் கடமை முடிந்துவிட்டது. கிளம்ப வேண்டியது தான்.போம்பேயும் இல்லை, ரோமின் மாபெரும் சக்தியாக உருவெடுத்திருந்த சீஸரும் பல காலம் அங்கே இல்லை. ரோமிலிருந்து அழைப்பு மேல் அழைப்பு வந்து கொண்டே இருந்தது. ரோமானியர்கள் கைப்பற்றியிருந்த சில இடங்களில் மீண்டும் எதிரிகள் தலைதூக்க ஆரம்பித்திருந்தார்கள். பல்வேறு வேலைகள் காத்திருந்தன. இருந்தாலும் சீஸருக்கு அலெக் ஸாண்ட்ரியாவிலிருந்து புறப்படும் எண்ணமே தோன்றவில்லை. காரணம் கிளியோபாட்ரா.

•

பிரம்மாண்டமான, தங்கும் வசதிகளுடன் கூடிய, ஆடம்பரமாக அலங்கரிக்கப்பட்ட படகு ஒன்று நைல் நதியில் காத்திருந்தது. அதில் ஒரு நீண்ட பயணத்துக்குத் தேவையான அத்தனைப் பொருள்களும் நிரப்பப்பட்டிருந்தன. கிளியோபாட்ராவும் சீஸரும் அதில் ஏறினார்கள். பாதுகாப்புக்காக ரோம் வீரர்கள், முன்னும் பின்னும் வேறு படகுகளில் வந்தார்கள்.

சீஸருக்கு எகிப்தைச் சுற்றிக் காட்டுவதற்காக இந்த நைல் நதிப் பயணம். எகிப்தின் முக்கியமான பகுதிகளில் இறங்கி, தங்கி விட்டுச் சென்றார்கள். சீஸரை ஆச்சரியமாகப் பார்த்த எகிப்தின் பிற பகுதி மக்கள், கிளியோபாட்ராவை கடவுளாக மட்டுமே பார்த்தார்கள். ஐஸிஸ் என்று சொல்லி பயபக்தியுடன் வணங்கி னார்கள்.

அந்தப் பயணத்தில் கிளியோபாட்ரா, சீஸர் மகிழ்ச்சியில் துள்ளிக் குதிக்கும்படி ஒரு நல்ல செய்தி சொன்னாள். 'நான் விரை விலேயே உங்களுக்கு ஓர் ஆண் வாரிசைப் பெற்றுத் தரப் போகிறேன்.'

கிளியோபாட்ராவின் உடல் நலன் கருதி, சீஸர் அலெக்ஸாண்ட் ரியாவுக்குத் திரும்ப முடிவு செய்தார்.

ஜூன் 23, கி.மு. 47.

'அரசியின் அந்தப்புரத்திலிருந்து ஏதாவது செய்தி வந்ததா?' - சில மணித்துளிகளுக்கு ஒருமுறை சீஸர் தன் பணியாளர்களிடம் கேட்டுக் கொண்டே இருந்தார். அவரால் ஓரிடத்தில் அமர முடிய வில்லை. குறுக்கும் நெடுக்குமாக நடந்துகொண்டே இருந்தார். அன்று இரவுக்குள் கிளியோபாட்ராவுக்குக் குழந்தை பிறந்து விடும் என்று சொல்லியிருந்தார்கள். நிச்சயம் உங்களுக்கு ஒரு மகனைப் பெற்றுக் கொடுப்பேன் என்று அவள் வாக்குக் கொடுத் திருந்தாள். எந்தக் குழந்தையாக இருந்தாலும் பரவாயில்லை, பிரசவம் நல்லபடியாக நடக்க வேண்டும் என்பதுதான் சீஸரின் தவிப்பாக இருந்தது.

குழந்தை பிறந்ததும் அதை சீஸரிடம் எடுத்துச் செல்ல வேண்டும், ரோமானியர்கள் பார்க்கும்விதமாக குழந்தையை அவரது காலடி யில் வைக்க வேண்டும் என்று கிளியோபாட்ரா, ஏற்கெனவே தன் அந்தப்புரத் தோழிகளுக்குக் கட்டளை இட்டிருந்தாள்.

அந்தப்புரப் பெண்கள், சில வீரர்கள் சூழ சீஸரின் அறைக்கு வந்தார்கள். ஒரு பெண்ணின் கையில் கிளியோபாட்ராவுக்குப் பிறந்த குழந்தை. சீஸர், அவர்களை நோக்கிப் போக எத்தனித் தார். சீஸரின் தளபதி ஒருவர் தடுத்தார். 'சீஸர், ரோம் சட்டம் உங்களுக்கு நினைவில் இருக்கிறதல்லா. குழந்தையை நீங்கள் மற்றவர்கள் முன்னிலையில் கையில் எடுத்துக் கொஞ்சினால், அதனை உங்கள் வாரிசாக, ஒரு ரோமானியனாக ஏற்றுக் கொண்டதாக அர்த்தம். போகாதீர்கள்.'

சீஸர், அதனைக் காதில் வாங்கிக் கொண்டு விரைந்தார். அவர் காலடியில் குழந்தையை வைத்தார்கள். குனிந்து பார்த்தார். துணியை விலக்கினார். அழுது கொண்டிருந்த குழந்தையை, சந்தோஷமாக அள்ளி எடுத்தார். நெற்றியில் முத்தமிட்டார். தலைக்குமேல் குழந்தையை உயர்த்தி உற்சாகமாகக் கூறினார், 'எனக்கு மகன் பிறந்திருக்கிறான்.'

வேறு வழியில்லாமல் ரோமானியர்களும் குரலெழுப்பினார்கள், 'சீஸர் வாழ்க!'

அந்தக் குழந்தைக்கு சீஸரும் கிளியோபாட்ராவும் இணைந்து வைத்த பெயர், பதினைந்தாம் தால்மி சீஸர். செல்லப் பெயர் சீஸரியன் (Caesarion, அதன் அர்த்தம் little Caesar).

சீஸரின் முதல் மனைவியான கார்னெலியாவுக்கும் அவருக்கும் பிறந்தது ஒரே ஒரு மகள் மட்டுமே. ஜூலியா என்றழைக்கப் பட்ட அவள்தான் போம்பேயின் நான்காவது மனைவி. கார்னெலியாவின் இறப்புக்குப் பின் சீஸர், போம்பியா என்ற பெண்ணைத் திருமணம் செய்து கொண்டார் (கி.மு. 67). அவர்களுக்குக் குழந்தைகள் கிடையாது. கி.மு. 62ல் நடந்த ஒரு சம்பவத்தில், போம்பியாவின் நடத்தைமேல் சந்தேகம் கொண்ட சீஸர், அவளை விவாகரத்து செய்தார். தன் நாற்பத்தியிரண்டு வயதில், பதினாறு வயது கால்பர்னியாவை அடுத்ததாகத் திருமணம் செய்துகொண்டார்*. அவளுக்கும் வாரிசு பிறக்க வில்லை. ஆக, அதுவரை சீஸருக்குப் பிறந்த ஆண் வாரிசு என்று யாரும் கிடையாது.

சீஸரியனை, ஜூலியஸ் சீஸரின் அதிகாரபூர்வ வாரிசாக ரோம் மக்கள் ஏற்றுக்கொள்ள வேண்டும் என்பது கிளியோபாட்ராவின் ஆசை. கிளியோபாட்ராவை ரோமுக்கு அழைத்துச் சென்று, அங்கே எல்லோருடைய முன்னிலையிலும் கோலாகலமாகத் திருமணம் செய்துகொள்ள சீஸருக்கும் ஆசைதான். ஆனால் அதில் சட்டச் சிக்கல்கள் இருந்தன. அலெக்ஸாண்ட்ரியாவில் அவளோடு காதலனாக வாழ்ந்து கொண்டிருப்பதற்கே ஏகப் பட்ட எதிர்ப்புகள் ரோமிலிருந்து வர ஆரம்பித்திருந்தன. அங்கே சீஸருக்காகக் காத்திருந்து காத்திருந்து பொறுமை இழந்த அவரது மனைவி கால்பர்னியா, செனட்டில் புகார் சொல்லும் அளவுக்குச் சென்றுவிட்டாள். சீஸர் தனது நிழல் என்று கருதிய, நம்பிக்கைக் குரிய ஆண்டனியிடமிருந்து தொடர்ந்து செய்திகளும் அழைப்பு களும் வந்த வண்ணம் இருந்தன. நெருங்கிய நண்பர்களும் சரி, செனட் உறுப்பினர்களும் சரி, சீஸரை வெளிப்படையாக விமர்சிக்க ஆரம்பித்திருந்தார்கள்.

'சீஸர் கடமை தவறி விட்டார். கிளியோபாட்ராவின் மாயப் பிடியில் மயங்கிக் கிடக்கிறார்.'

எகிப்தியர்களுக்கும் அவர்களது உறவு பிடிக்கவில்லை. 'அரசி கிளியோபாட்ரா, ரோமானியரான சீஸரிடம் எகிப்தைத் தாரை வார்த்துக் கொடுத்துவிட்டாள்' என்றே பேசிக் கொண்டார்கள். அலெக்ஸாண்ட்ரியாவிலிருந்த ரோமானிய வீரர்களும்

---

* கால்பர்னியா சீஸரின் மூன்றாவது மனைவியா, அல்லது நான்காவது மனைவியா என்பதில் குழப்பம் உண்டு.

ரோமுக்குத் திரும்ப இயலாத வெறுப்பின் உச்சகட்டத்தை அடைந்திருந்தார்கள்.

மகன் ஒருவன் பிறந்த நிலையில் கிளியோபாட்ராவின் நட வடிக்கைகளிலும் மாறுதல்கள் ஏற்பட்டன. அதுவரை சீஸருக் காக எதைவேண்டுமானாலும் செய்யக்கூடியவளாக, அவரது ஆகச் சிறந்த காதலியாக வாழ்ந்துகொண்டிருந்த அவள், அதன்பின் பிடிவாதமும் கோபமும் அதிகம் உடையவளாக நடக்க ஆரம்பித்தாள். தான் என்ன சொன்னாலும் அதை சீஸர் யோசிக்காமல் ஏற்றுக்கொள்ள வேண்டும் என்பது அவளது எண்ணம். அதுதான் நிகழ்ந்து கொண்டிருந்தது.

ஒரு கட்டத்துக்கு மேல் சீஸர் அலெக்ஸாண்ட்ரியாவில் இருந் தால் ரோமானியர்கள் ஒட்டுமொத்தமாக அவரைப் புறக்கணித்து விடுவார்கள் என்ற நிலை ஏற்பட்டபோது, அங்கிருந்து கிளம்ப முடிவெடுத்தார்.

அதனை கிளியோபாட்ராவிடம் தயங்கித் தயங்கி வெளிப்படுத்தி னார். அழுது ஆர்ப்பாட்டம் செய்தாள் அவள். ஏகப்பட்ட கோப வார்த்தைகள், எக்கச்சக்க வாக்குவாதங்கள். பல மணி நேர பாசப் போராட்டத்துக்குப் பிறகு, சீஸர் கிளியோபாட்ராவிடம் சம்மதம் பெற்றார். அவளது பாதுகாப்புக்காக சில நூறு ரோமானிய வீரர்களை அங்கே விட்டு வைத்தார்.

கிளம்பும் சமயம். தம் எகிப்திய காதலிகளைப் பிரியும் துக்கத்தில் சில ரோமானிய வீரர்கள் மட்டும் கலங்கி நின்றார்கள். ஏனைய ரோமானிய வீரர்கள் உற்சாகக் குரல் எழுப்பிக் கொண்டிருந் தார்கள். அலெக்ஸாண்ட்ரிய மக்கள் அவர்களை ஆரவாரத்துடன் வழியனுப்பினர். சீஸர், தனது நகை ஒன்றை குழந்தை சீஸரிய னுக்கு அணிவித்தார். கிளியோபாட்ரா கண்ணீரில் குளித்தாள். ரோமானிய மாவீரர் சீஸர் குலுங்கி அழாத குறை.

'சீஸர், எப்போது என்னையும் நம் மகனையும் ரோமுக்கு அழைப்பீர்கள்?'

'விரைவில்.'

'அது கூடிய விரைவில் நிகழ வேண்டும். சீஸரியனை உங்கள் வாரிசாக நான் ரோமுக்கு அழைத்துவர வேண்டும். தாமதம் செய்துவிடாதீர்கள் சீஸர்.' கிளியோபாட்ராவின் குரலில் நடுக்கம்.

சீஸர் ஏறிய கப்பலில் இளவரசி அர்சினோவும் ஏற்றப்பட்டிருந் தாள். அத்தனைக் காலம் கழித்து ரோமுக்குத் திரும்புகிறார் அல்லவா. தான் எகிப்தில் பெற்ற வெற்றியின் அடையாளப் பரிசாக இளவரசி அர்சினோவைக் காண்பித்து ரோமானியர் களைச் சமாதானப்படுத்தலாம் என்பது சீஸரின் எண்ணம்.

•

எகிப்திய மக்கள்தான் என் உயிர். அவர்களது நலனுக்காகவும் எனது எகிப்தின் வளத்துக்காகவும் நான் உண்மையாகப் பாடு படுவேன். என் ஆட்சியில் எகிப்து எப்போதும் அடையாத மேன்மையை, வலிமையை அடையும். அடையச் செய்வதே என் லட்சியம்.

எகிப்தின் அதிகாரபூர்வ அரசியான கிளியோபாட்ராவுக்கு இது போன்ற எண்ணங்கள் இருந்தன. நடந்துமுடிந்த வாரிசுரிமைப் போரில் அலெக்ஸாண்ட்ரியா ஏகத்துக்கும் பாதிக்கப்பட்டிருந் தது. அதனை மறு கட்டமைப்பு செய்வதையே தன் முதல் பணி யாக எடுத்துக் கொண்டாள். உடைந்த பாலங்கள், சிதைந்த கட்டடங்கள், பழுதடைந்த துறைமுகம், பாதிக்கப்பட்ட வீடுகள் சரி செய்யப்பட்டன. பெருமளவு பாதிக்கப்பட்டிருந்த அலெக் ஸாண்ட்ரியா நூலகக் கட்டடம் புதுப்பிக்கப்பட்டது. எரிந்து போன பொக்கிஷ நூல்களை யாராலும் திரும்ப அளிக்க முடி யாது. புதிதாகப் பல நூல்களை அங்கே கொண்டுவந்து சேர்ப் பதற்காகத் தனியாக ஒரு குழுவையே நியமித்தாள். அலெக் ஸாண்ட்ரியா வெகு சீக்கிரத்திலேயே தன் அழகை மீட்டுக் கொண்டது.

சரி, இதற்கெல்லாம் நிதி? அப்போதுதானே போர் முடிந்திருக் கிறது. பொருளாதாரம் நிச்சயம் தள்ளாட்டத்தில்தானே இருந்திருக்கும். எப்படி சாத்தியமானது? போரின் பாதிப்பு அலெக்ஸாண்ட்ரியாவில் இருந்ததே தவிர, எகிப்தின் உள்பகுதி களில் இல்லவே இல்லை. செழித்து ஓடிய நைல் நதிக் கரை களில் விவசாயம் வழக்கம்போல் கொட்டிக் கொடுத்தது. எனவே கிளியோபாட்ரா எகிப்தின் பொருளாதார நிலைகுறித்து அலட்டிக் கொள்ளவில்லை. தடுமாறவில்லை. மாறாக, அவள் புத்திதான் தடுமாறியது.

முந்தாநாள் வரை வெறும் இளவரசி. நேற்று வரை அதிகார மில்லாத அரசி. இன்று, அனைத்து அதிகாரங்களும் கொண்ட,

கேள்வி கேட்க ஆளேயில்லாத அரசி. அழகும் இளமையும் நிரம்பித் ததும்பிய அந்த வயதில் அப்படி ஒரு பதவி. அளவில்லா அதிகாரம். தவிர, அன்றைய உலகின் மாபெரும் மாவீரரான ஜூலியஸ் சீஸர், அவள் காலடியில். போதாதா?

இந்த எண்ணங்கள் கிளியோபாட்ராவின் மனத்தில் ஆழமாக வேரூன்றி, வேகமாகக் கிளைபரப்பின. இம்மாதிரியான சூழலில் கூடுதல் பொறுப்பும் பொறுமையும் வரலாம் அல்லது நேர்மாறாக ஆணவமும் அகந்தையும் கூடிப் போகலாம். கிளியோபாட்ரா இரண்டாவது வகையில் சேர்த்தி.

தன் அரண்மனையை, அந்தப்புரத்தைச் சொர்க்கலோகமாகச் செதுக்க ஆரம்பித்தாள். தான் எது செய்தாலும் அதுவே ஆடம் பரத்தின் உச்சமாக இருக்க வேண்டும் என்பதே குறிக்கோள். உல்லாசத்துக்காக எதை வேண்டுமானாலும் செய்யலாம் என்ற மனோபாவம். கிளியோபாட்ராவின் உணர்வுகளில் இந்த போதை கலந்ததால் உணவு, உடை, உறைவிடம் அனைத் திலுமே மிதமிஞ்சிய மினுமினுப்பு. சுயநலத்துடன் மட்டுமே சிந்திக்க ஆரம்பித்திருந்தாள். கர்வம், திமிர், இரக்கமின்மை, இன்னபிற கெட்ட குணங்கள் அவளை ஆள ஆரம்பித்திருந்தன.

மொத்தத்தில், அவள் ஓர் ஆடம்பர சர்வாதிகாரியாக உருமாறி யிருந்தாள்.

•

ஆப்பிரிக்காவிலும், ஆசியா மைனரிலும் ஏகப்பட்ட பிரச்னை கள், எதிரிகள். போர்கள் பலவற்றைச் சந்திக்க வேண்டியிருந்தது. போம்பேயின் மூத்த மகன் பாம்பேயஸ் ஸ்பெயினுக்குத் தப்பி ஓடியிருந்தார். அவரைத் துரத்திச் சென்று போரிட்டு வென்றார்*. பின் இத்தாலியை அடையும்போது இரண்டு வருடங்களுக்கும் மேல் ஆகியிருந்தன. தனது ராணுவக் கடமை களையெல்லாம் முடித்த சீஸர், வெற்றி முழக்கங்களுடன் கி.மு. 45ல் ரோமை அடைந்தார்.

ஆனால் ரோமானியர்கள் அவரை அந்த அளவுக்கு உற்சாகமாக வரவேற்கத் தயாராக இல்லை. காரணம், கிளியோபாட்ரா

---

* ஸ்பெயினின் தெற்கிலுள்ள முன்டா (Munda) என்ற இடத்தில் நடந்த இந்தப் போர்தான் ஜூலியஸ் சீஸர் பங்குபெற்ற கடைசிப் போர். இதில் வென்றதன் மூலம் அவரது உரிமைப் போர் முடிவுக்கு வந்தது.

வினால் அவர் புகழ் சரிந்திருந்தது. இருந்தாலும் தான் பெற்ற வெற்றிகளை, தன் வலிமையை, தானே இனி இந்த உலகின் மாபெரும் சக்தியென்பதை ரோமானியர்களுக்குப் பறைசாற்ற வேண்டாமா?

ரோமானியப் படைகள் மாபெரும் ஊர்வலமாக ரோமுக்குள் நுழைந்தன. கூடவே அவர்கள் போரில் வென்ற பரிசுகள், கைப்பற்றிய செல்வங்கள், வேட்டையாடிய விலங்குகள், இப்படிப் பல விஷயங்களை ஊர்வலமாக எடுத்து வந்தார்கள். பல்வேறு இடங்களில் சிக்கிய அடிமைகளும் வெகு நேரத்துக்கு அணிவகுத்தார்கள். அடுத்தது போர்க்கைதிகள். பல்வேறு இடங்களில் கைது செய்யப்பட்ட ராஜ குடும்பத்தினர், அரசர்கள், அரசிகள், இளவரசர்கள், இளவரசிகள் அழைத்து வரப்பட்டனர். இந்த வெற்றி ஊர்வலங்கள் மட்டும் தினமும் ஒரு குறிப்பிட்ட நேரத்தில் பல நாள்களுக்கு நடத்தப்பட்டன. ஒவ்வொரு நாளும் ஒவ்வொரு பகுதியில் கிடைத்த வெற்றிக்கான ஊர்வலம் என்று அது வகைப்படுத்தப்பட்டிருந்தது.

எகிப்தில் கிடைத்த வெற்றிக்கான ஊர்வலத்தில் ஒரு ரதத்தில் வைத்து அர்சினோவும் அழைத்து வரப்பட்டாள். 'அலெக்ஸாண்ட்ரியன் போரில் ரோமானியர்கள் வென்றதன் நினைவுப் பரிசாக இதோ எகிப்திய இளவரசி அர்சினோ உங்கள் முன்னால்!'

தொங்கிப் போன முகம், சோகம் ததும்பும் விழிகள், பரிதாபமான தோற்றம், சங்கிலியால் பிணைக்கப்பட்ட கைகள். அவள் இளவரசி என்பதால் தங்கச் சங்கிலி. ரோமானிய மக்களுக்கு அர்சினோ மேல் இரக்கம்தான் வந்தது. சீஸரின் கணக்கு தவறாகிப் போனது. 'எல்லாம் அந்த கிளியோபாட்ராவின் வேலைதான்', 'சீஸர் இரக்கமில்லாதவராகிவிட்டார், அவர் புத்தியை அலெக்ஸாண்ட்ரியாவின் அந்தப்புரத்திலேயே தொலைத்துவிட்டார்', 'அந்தச் சதிகாரியின் வலையில் சீஸர் விழுந்துவிட்டார் என்பதை இப்போதாவது நம்புகிறாயா?' - மக்கள் முணுமுணுத்தார்கள்.

சீஸர் தர்ம சங்கடத்தில் நெளிந்தார். உடனே அர்சினோவை அங்கிருந்து அப்புறப்படுத்தச் சொன்னார். அவளை யார் கண்ணிலும் படாத வண்ணம் ரகசிய இடத்தில் காவலில் வைத்தார்.

மக்கள் மனத்திலிருந்து அர்சினோவை ஊர்வலமாக அழைத்து வந்த காட்சியை உடனே அழிக்க வேண்டும் என்பதே அவரது முதல் சவாலாக இருந்தது.

வெற்றிக் கொண்டாட்டங்களின் அடுத்த நிகழ்வாக மாபெரும் மோதலுக்கு ஏற்பாடு செய்தார். மாபெரும் மைதானம். சுற்றிலும் ஆர்ப்பரிக்கும் மக்கள். மைதானத்தில் இரண்டு விலங்குகள் மோதிக் கொள்ளும். விலங்குகளும் மனிதர்களும் சண்டை போடுவார்கள். அல்லது கைதிகளாகப் பிடித்துவரப்பட்டவர்கள், இரண்டு குழுக்களாகப் பிரிக்கப்படுவார்கள். அவர்கள் கையில் ஆயுதங்கள் கொடுக்கப்படும். அவர்கள் மோதிக்கொள்ள வேண்டும். குதிரைப்படை, யானைப்படை சண்டைகளும் உண்டு. மோதல் என்றால் சாதாரணமானதல்ல, எதிரி உயிரிழக்கும் வரையோ அல்லது உணர்விழந்து மண்ணில் வீழும்வரையோ போரிடவேண்டும். அன்றைய ரோமானியர்கள் பெரிதும் ரசித்த 'விளையாட்டு' இது.

சீஸர், மாபெரும் மைதானத்தில் நல்ல ஆழமான, செயற்கை ஏரி ஒன்றை உடனே அமைக்கச் சொன்னார். அதில் போர்க் கப்பல்கள் அமைக்கப்பட்டன. கப்பல்களின் ஆயுதங்களும், ஆயுதங்களேந்திய வீரர்களும் ஏற்றப்பட்டார்கள். ஒரு புறம் எகிப்திய கைதிகள். இன்னொரு புறம் பிற கைதிகள். மாபெரும் கப்பல் யுத்தம் ஆரம்பமானது. சில மணி நேரங்கள் நடந்த மோதலின் குரூரத்தைத் தாங்க முடியாமல், மக்கள் கலைந்து போக ஆரம்பித்தார்கள். ஏராளமான உடல்கள் மிதந்து கொண்டிருந்த அந்த ஏரியின் நீர் சிவந்திருந்தது.

சீஸர் மீதான மக்களின் அதிருப்தி மேலும் அதிகரித்திருந்தது.

கொஞ்ச நாள்களிலேயே அர்சினோ விடுதலை செய்யப் பட்டாள். ஆதரவற்று நின்ற அவள் மீண்டும் எகிப்துக்குச் செல்ல விரும்பவில்லை. சீஸர், அவளை எபெஸஸ்* நகரிலுள்ள ஒரு கோயிலில் கொண்டுபோய் விடச் சொன்னார். அங்கே கோயிலில் தஞ்சமடைந்த அவள், கிளியோபாட்ரா வுக்குப் பயந்தபடியே மீதி வாழ்க்கையைக் கழிக்க ஆரம்பித் தாள்.

---

* Ephesus என்பது பண்டைய கிரேக்க நகரம். ஆசியா மைனரில் மேற்குக் கடற்கரைப் பகுதியில் அமைந்துள்ளது.

சீஸரின் மனைவியான கால்பர்னியாவின் கண்ணீர் மேலும் பெருகியிருந்தது. பல காலம் கைவிட்டுப் போயிருந்த கணவன் மீண்டும் வந்தாலும், கிளியோபாட்ராவின் நினைவுகளிலிருந்து மீண்டு வரவில்லை.

எப்படியாவது கிளியோபாட்ராவை ரோமுக்கு அழைத்து வந்துவிட வேண்டும். அவளைத் திருமணம் செய்துகொள்ள வேண்டும். ரோமானியர்கள் ஏற்றுக் கொள்ளும்படி சீஸரியனை தன் வாரிசாக அதிகாரபூர்வமாக அறிவிக்க வேண்டும். இதைப் பற்றித்தான் பெரும்பாலும் சிந்தித்துக் கொண்டிருந்தார். பிரிவுத் துயரம் அவரை வாட்டியது. மீண்டும் அவளை எப்போது பார்ப்பேன்? ஒயின்கூட பிடிக்கவில்லை. அவள் கைகளால் ஊட்டிவிட்டால் நன்றாக இருக்கும் என்றே தோன்றியது.

கிளியோபாட்ராவுக்கு செய்தி அனுப்பினார். உனக்காக ரோமில் தவித்துக் கொண்டிருக்கிறேன். உடனே கிளம்பி வரவும். இது அரசியல் ரீதியான சந்திப்பாக இருக்கட்டும். ரோமின் நட்பு நாடான எகிப்தை ஆளும் அரசியாக நீ என்னை மரியாதை நிமித்தமாகச் சந்திக்க வருகிறாய்.

செய்தி கிடைத்த நொடியிலேயே கிளியோபாட்ரா, சீஸரியனை யும் அழைத்துக் கொண்டு ரோமுக்குக் கிளம்ப ஆயத்தமானாள்.

•

கிளியோபாட்ரா ரோமுக்கு வருகிறாள் என்ற செய்தியைக் கேட்டதும் ரோமானியர்கள் முகம் சுளிக்கத்தான் செய்தார்கள். கால்பர்னியா உள்ளிட்ட சீஸரின் அரண்மனைப் பெண்கள் அனைவரது முகங்களும் இருண்டு கிடந்தன.

சீஸர் சந்தோஷத்தில் மிதந்து கொண்டிருந்தார். கிளியோபாட்ரா வரும் தினத்தில் செனட் உறுப்பினர்கள், தம் குடும்பத்தினர், பொதுமக்கள் சூழ மைதானத்தில் காத்திருந்தார். தன் காதலியை வரவேற்க அவர் பெரிதாக எந்த ஏற்பாடும் செய்யவில்லை. அவளது ஆடம்பரமும் கலாரசனையும்தான் அவருக்குத் தெரியுமே. எம்மாதிரியான கொண்டாட்டங்களுடன் அவள் அங்கே வந்து இறங்கப் போகிறாள் என்ற எதிர்பார்ப்புடன் காத்திருந்தார்.

டிரம்பெட்டுகளை ஒலித்தபடி எகிப்தியக் குதிரைவீரர்கள் இடைவிடாது அணிவகுத்து வந்தார்கள். பின்னால் எகிப்திய

வீரர்களின் அணிவகுப்பு. அடுத்து, எகிப்திய, ஆப்பிரிக்க நடனக் கலைஞர்களின் துள்ளல் ஊர்வலம். ரோமானியர்கள் ரசிக்க ஆரம்பித்திருந்தார்கள். அடுத்து சீஸருக்கான பரிசுப் பொருள்கள் அணிவகுத்தன. கடைசியாக மாபெரும் ரதம் ஒன்று அடிமைகளால் இழுக்கப்பட்டு வந்தது. பண்டைய எகிப்திய அரசர் துட்டன்காமன் முக உருவத்தில் அமைக்கப்பட்ட அந்த பிரம்மாண்ட ரதத்தில், கிளியோபாட்ரா கடவுள் ஐஸிஸைப் போலவே தகதகக்கும் தங்க உடை அணிந்துகொண்டு கம்பீரமாக அமர்ந்திருந்தாள். அருகில் மகன் சீஸரியன்.

அவளது அழகு, ஆடம்பரம் கண்டு ரோமானியர்கள் அனிச்சையாக வாய்பிளந்தனர். வந்து இறங்கினாள். அயல் நாட்டு அரசி என்பதால் செனட் உறுப்பினர்கள் உள்ளிட்ட அனைவருமே எழுந்து நின்று மரியாதை கொடுப்பது மரபு. அரை மனதுடன் எழுந்து நின்றார்கள். சீஸரியனுடன் சீஸர் முன் சென்று நின்ற கிளியோபாட்ரா, தலை தாழ்த்தி அவருக்கு மரியாதை செய்தாள். சீஸரும் மகிழ்ச்சியாகப் பதில் மரியாதை செய்தார்.

கிளியோபாட்ரா தங்குவதற்கான மாளிகையில் பார்த்துப் பார்த்து ஏற்பாடுகள் செய்யச் சொன்ன சீஸர், தன் இரவுப் பொழுதுகளை அங்கேயே கழிக்க ஆரம்பித்தார்.

•

சீஸரின் மாளிகையில் செனட் உறுப்பினர்களில் பலர் கூடியிருந்தார்கள். பாதிபேர் ரோமை சாம்ராஜ்ஜியமாக்கும் முடிவை ஆதரிப்பவர்கள், அதாவது சீஸர் ஆதரவுக் குழு. மீதி பேர் ரோம் குடியரசாகவே நீடிக்க வேண்டும் என்பதில் உறுதியாக இருப்பவர்கள். சீஸரை பேரரசராக ஆக்குவதில் அவர்களுக்குத் துளியும் விருப்பமில்லை. சீஸர் எதிர்ப்புக் குழுவினரின் தலைவராகச் செயல்பட்டவர் புரூட்டஸ்*. அவர்கள், சீஸரைச் சமாதானப்படுத்தும் விதத்தில் 'வாழ்நாள் சர்வாதிகாரி' (Dictator for

---

* Marcus Junius Brutus என்பது முழுப்பெயர். கி.மு. 85ல் பிறந்தவர். இவரது தந்தை புரூட்டஸ் சீனியரைக் கொன்றவர் போம்பே. அதற்குப் பிறகு இவரது தாயான செர்விலியா, ஜூலியஸ் சீஸரின் ஆசைநாயகி ஆகிப்போனாள். செர்விலியாவுக்கும் சீஸருக்கும் பிறந்தவர்தான் புரூட்டஸ் என்றொரு ஆதாரமற்ற சர்ச்சையும் உண்டு. செனட்டில் முக்கிய உறுப்பினராக அங்கம் வகித்த புரூட்டஸ், சீஸரை எதிர்த்ததற்கு அரசியல் காரணங்களைவிட, இதுபோன்ற தனிப்பட்ட காரணங்களே அதிகம் என்ற விவாதங்கள் உண்டு.

life) என்ற பட்டத்தை மட்டும் வழங்கத் தயாராக இருந்தார்கள். அப்போதும் சர்வாதிகாரி என்பது பெயரளவில்தான். அவர் வாழும் காலம் வரைக்கும் அவரே ரோமின் தலைவர். ஆனால் எந்த விஷயம் என்றாலும் செனட் கூடி முடிவெடுக்கும் தீர்ப்பே இறுதியானது.

அந்தக் கூட்டத்தில் இது குறித்து ஆரம்பித்த விவாதம், வாக்குவாதமாக மாறியிருந்தது.

'சீஸர், உங்களுக்கு 'வாழ்நாள் சர்வாதிகாரி' என்ற பட்டத்தை நாங்கள் அளித்திருக்கிறோம். மிகப்பெரிய கௌரவம் அது' - செனட் உறுப்பினர்களுள் ஒருவரான புரூட்டஸ் சொன்னார்.

'இங்கு இருக்கும் யாரும் என்னளவு போர்க்களங்களைக் கண்டிருக்க மாட்டீர்கள். என் வாள் அளவுக்கு அனுபவம் உங்கள் யாருடைய வாளுக்கும் இருக்காது. ரோமுக்காக இந்த உலகில் பாதியை ஜெயித்துக் கொடுத்த ஒருவனுக்கு நீங்கள் எந்தக் கௌரவத்தையும் பிச்சை போட வேண்டாம்.' சீஸர் சீறினார்.

'செனட்டின் சட்டங்களை மீறி அதற்குமேல் நம்மால் எதுவும் செய்ய இயலாது' - காஸியஸ்*, புரூட்டஸுக்குத் தோள் கொடுத்தார்.

'செனட்டே தேவையில்லை. நான் வைப்பதுதான் சட்டம். நான் இந்த ரோம் சாம்ராஜ்ஜியத்தின் பேரரசர் ஆக நினைக்கிறேன்.'

சீஸர் முதல் முறையாக வெளிப்படையாகவே தம் விருப்பத்தை வெளியில் எடுத்து வைத்தார். கூடியிருந்தவர்களில் பலர், அங்கிருந்து சட்டென வெளிநடப்பு செய்தார்கள்.

●

ஆளுயர பெண் சிலை ஒன்று கிட்டத்தட்ட தயாராகி நின்றது. இன்னும் கண்களை மட்டும்தான் பாக்கி. சீஸர் சிலையைப் பார்வையிட வந்தார்.

'நைல் நதியைப் பார்த்திருக்கிறாயா?' - சிற்பியிடம் கேட்டார். சிற்பிக்கு என்ன பதில் சொல்வதென்றே தெரியவில்லை.

---

* Gaius Cassius Longinus என்பது முழுப்பெயர். செனட்டில் முக்கிய உறுப்பினர். புரூட்டஸின் சகோதரியைத்தான் திருமணம் செய்திருந்தார்.

‘பொங்கும் கருணை. ஆர்ப்பரிக்கும் ஆனந்தம். அளவில்லா உற்சாகம். எல்லாமே நிரம்பிய அவளது கண்கள்போல இருக்க வேண்டும்.’ சீஸர், கிளியோபாட்ராவை மனத்தில் வைத்து ஏதேதோ வர்ணித்துக் கொண்டே சென்றார். சிற்பி குழம்பிப் போய் நின்றார்.

சீஸர், ரோமானியர்கள் வணங்கும் பெண் கடவுளான வீனஸுக்குக் கோயில் ஒன்றை எழுப்பினார். அந்தக் கோயிலின் முன்புறம் அந்தப் பெண் சிலை நிறுவப்பட்டது. அது கிளியோபாட்ராவுக்கான சிலை. ரோமானியர்கள் கொதித்துப் போனார்கள்.

‘இதோ கடவுளாக கிளியோபாட்ராவின் சிலை. அடுத்து ‘கடவுள் சீஸர்’ சிலை இதனருகிலேயே வைக்கப்படும். இனி சீஸரும் கிளியோபாட்ராவும்தான் ரோமானியர்களின் கடவுள். நாமெல் லாம் அவர்கள் முன் மண்டியிட்டு வணங்கித்தான் ஆக வேண்டும். அப்படித்தானே புரூட்டஸ்?’ - அவரது ஆதரவாளர் கள் கண்கள் சிவந்திருந்தன.

‘அந்த நாள் வெகு சீக்கிரம் வரப்போகிறது.’

‘அவரை ரோமின் பேரரசராக நாம் ஒப்புக் கொள்ளத்தான் வேண்டுமென்று வெளிப்படையாகவே சொல்ல ஆரம்பித்து விட்டாரே.’

‘அவளது மயக்கத்தால், அதிகார மயக்கத்தால் சீஸர் தொடர்ந்து தவறுகளை மட்டுமே செய்து வருகிறார். இது ரோமுக்கு நல்லதல்ல.’

‘புரூட்டஸ், இதற்கு மேலும் பொறுமையாக இருக்கக்கூடாது.’

‘என்னை என்ன செய்யச் சொல்கிறீர்கள்?’

‘ரோம் குடியரசின் பெருமையைக் கட்டிக் காக்கும் பொறுப்பும் திறமையும் ஒருவருக்குத்தான் இருப்பதாக ரோமானிய மக்கள் மனதார நம்புகிறார்கள். அந்த ஒருவரது பெயர் புரூட்டஸ்.’

‘புரூட்டஸ், ரோமை சீஸரிடமிருந்து காப்பாற்று.’

‘சீஸரை நான் அடக்க வேண்டும் என்கிறீர்களா?’

‘நீ சீஸரை அழிக்க வேண்டும் என்கிறோம்.’

‘என்னால் முடியாது!’

'எனில் சீஸர் ரோமின் கதையை முடித்துவிடுவார்.'

மறுநாள் செனட் கூடுவதாக இருந்தது. அதில் சீஸருக்காக ஒரு தீர்மானம் மீதான ஓட்டெடுப்பும் நிகழ்வதாக இருந்தது. ரோம் தவிர, ராஜ்ஜியத்தின் மற்ற பகுதிகளுக்கான அரசராக சீஸரை அறிவித்தல் - இதுவே தீர்மானம்.

அதையும் சீஸரால் ஏற்றுக் கொள்ள இயலவில்லை. அழும் குழந்தையைச் சமாதானப்படுத்த எடுக்கும் ஏமாற்று வேலை களாகக் கருதினார். கோபத்தில் கொதித்தார். கிளியோபாட்ரா அவரைச் சமாதானப்படுத்தினாள்.

'இப்போது அவர்கள் உங்களை அரசர் என்று அங்கீகரித்திருக் கிறார்கள். அரசரான பின் ரோமையும் தங்கள் அதிகாரத்துக்குள் கொண்டு வந்துவிடலாம். கிடைக்கும் சிறிய வாய்ப்பையும் பயன்படுத்திக் கொள்ள வேண்டும் என்று எனக்கு நீங்கள்தானே கற்றுக் கொடுத்திருக்கிறீர்கள்.'

சீஸர் கொஞ்சம் சமாதானமானார். அன்று இரவு ரோமில் இடி யுடன் கூடிய பலத்த மழை பெய்தது. அந்த நேரத்தில் புரூட்டஸின் வீட்டில் கூடியிருந்த அவரது ஆதரவுக் குழுவினர் சீஸரைக் கொல்வதற்கான திட்டத்தை வடிவமைத்தார்கள். அவர்கள் எல்லோரும் கையில் ஆயுதத்தை மறைத்து வைத்துக் கொண்டு செனட்டுக்கு வர வேண்டும். சீஸருடன் துணையாக மார்க் ஆண்டனி வருவதைத் தடுக்க வேண்டும். அவர்களில் ஒருவரான டெஸிமஸ், சீஸரைப் பத்திரமாக செனட்டுக்கு அழைத்து வர வேண்டும். இதுவே திட்டம்.

இடியின் ஓசை சற்றே அடங்கிய நேரம் விடிந்தது (மார்ச் 15, கி.மு. 44).

சீஸர், செனட்டுக்குச் செல்லும் வழியில் கிளியோபாட்ராவைக் காண வந்தார். வாசலிலேயே வரவேற்றாள். உள்ளே வரச் சொன்னாள்.

'நேரம் ஆகிவிட்டது. டெஸிமெஸ் காத்திருக்கிறார். காலை யிலேயே என்னை அழைத்துப் போக மாளிகைக்கு வந்துவிட்டார் அவர்.' என்றார் சீஸர்.

'இதற்கு முன்பு டெஸிமெஸ் அப்படிச் செய்திருக்கிறாரா என்ன?' - கிளியோபாட்ரா சந்தேகத்துடன் கேட்டாள்.

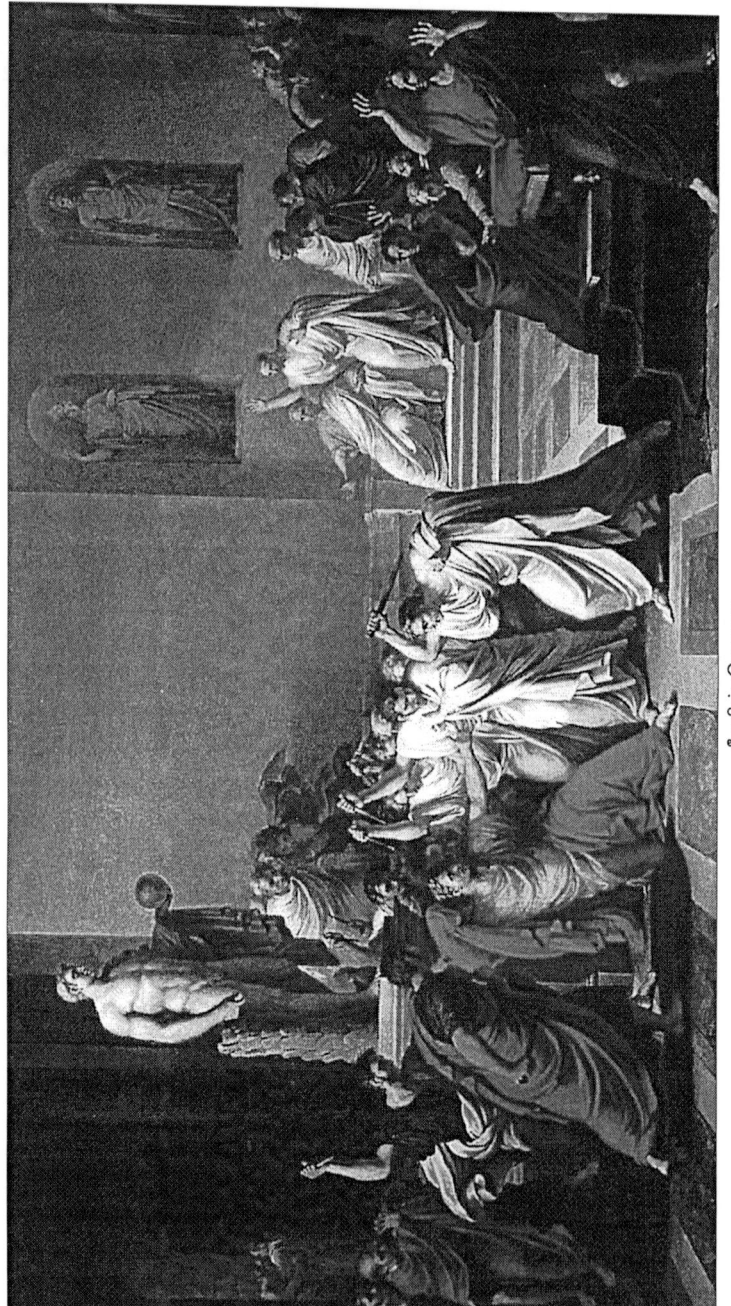

சீஸரின் கொலை

'அவர் ஒரு தேர்ந்த அரசியல்வாதி. அரசராகப் போகும் என்னால் ஏதாவது காரியம் ஆக வேண்டியதிருக்கலாம்.'

'ஆண்டனி வரவில்லையா? அவரை உங்களுடனேயே வைத்துக் கொள்ளுங்கள் சீஸர்.'

'கால்பர்னியாவும் உன்னைப்போல்தான் பயப்படுகிறாள். ஏதோ கெட்ட சகுனங்களை உணர்ந்தாளாம். இன்று நான் செனட்டுக்குச் செல்லவே கூடாது என்று ஒரே அழுகை.'

'ஏன்?' - கிளியோபாட்ராவின் குரலில் நடுக்கம்.

'நான் கொலை செய்யப்படுவதுபோல நேற்றிரவு கனவு கண்டாளாம். என் பணியாள் ஒருவன், என் சிலையில் ரத்தம் வடிவதாகக் கனவு கண்டிருக்கிறான். அதிகாலையிலேயே பறவைகள் விநோத ஒலி எழுப்பி எச்சரித்திருக்கின்றன. எல்லோரும் பயப்படுகிறார்கள்.'

'நானும்தான் சீஸர். இன்று நீங்கள் தயவுசெய்து செனட்டுக்குச் செல்ல வேண்டாம்.'

'உலகில் யாருக்குமே அஞ்சாத மாவீரர் சீஸர், அபசகுனங்களுக் காகப் பயந்து அரசர் பதவியைப் புறக்கணித்தார் என்று வருங் காலம் சொல்ல வேண்டுமா?'

சீஸரின் கேள்விக்கு கிளியோபாட்ராவிடம் பதிலில்லை. அவளை மீறிக் கண்களில் நீர் பெருகியது. 'போய் வாருங்கள் சீஸர். உங்கள் கடவுள்களும், எனது கடவுள்களும் துணையாக இருப்பார்கள்.'

முத்தத்துடன் பிரிந்தார்கள்.

●

செனட். வந்திறங்கிய சீஸரை நெருங்கினார் மார்க் ஆண்டனி. அவருக்கும் ஏதோ விபரீதம் நடக்கவிருப்பதாகத் தகவல் கிடைத்திருந்தது. இடையில் ஒருவர் புகுந்து ஏதோ ஒரு முக்கிய விஷயம் பேசுவதுபோல, ஆண்டனியை வேறு இடத்துக்கு அழைத்துச் சென்றார்.

சீஸர், கூட்டம் நடக்கவிருந்த போம்பே பெயரால் அமைந்த அரங்கத்துக்குள் நுழைந்தார். சிம்பர் என்ற உறுப்பினர் சீஸரை

வழிமறித்தார். கையில் மனு ஒன்றை வைத்திருந்த அவர், அதுகுறித்துப் பேச ஆரம்பித்தார். சில உறுப்பினர்கள் சீஸரை சூழ்ந்தார்கள். அவர்களைத் தவிர்த்துவிட்டு நடக்க ஆரம்பித்த சீஸரின், முதுகு அங்கியைப்* பிடித்து இழுத்தார் சிம்பர்.

'ஏன் இப்படி வன்முறையுடன் நடந்து கொள்கிறாய்?' - சீஸர் எரிச்சலுடன் சிம்பரை நோக்கித் திரும்பிய சமயத்தில், அவரது கழுத்தில் கூராக ஏதோ தாக்கியது. குறுங்கத்தியால் குத்தியவர், காஸ்கா. அதிர்ச்சியுடன் திரும்பிய சீஸர், காஸ்காவைப் பிடித்துக் கொண்டார். 'துரோகி காஸ்கா, என்ன செய்கிறாய்?' - சீஸர் சீறவும், 'அய்யோ, என்னைக் காப்பாற்றுங்கள்' என்று காஸ்கா கதறினார். அந்தச் சமயத்தில் புரூட்டஸூம், காஸியஸ் உள்ளிட்ட அவரது ஆதரவாளர்களும் கையில் குறுங்கத்தியுடன் சீஸரைச் சூழ்ந்தார்கள்.

பல குறுங்கத்திகளில் சீஸரின் ரத்தக் கறை. தன்னிலை இழந்து கொண்டிருந்த சீஸர், அப்படியே சரிந்தார்**. நிலைகுத்தி நின்ற அவரது கண்கள், அந்த அரங்கத்தில் இருந்த போம்பேயின் சிலையைப் பார்த்துக் கொண்டிருந்தன.

அந்த அரங்கத்தில் இருந்த சீஸரின் ஆதரவாளர்கள் சிலர், செய்வதறியாது திகைத்து நின்றார்கள். கொலையை அரங்கேற்றிய புரூட்டஸின் ஆதரவாளர்கள் பலர், அதற்குப் பின் அங்கே நிற்க தைரியமின்றித் தப்பி ஓடினார்கள். புரூட்டஸூம் அவரது சில ஆதரவாளர்களும் வெற்றிப் பெருமிதத்துடன் அந்த அரங்கத்தை விட்டு வெளியே வந்தார்கள். சந்தோஷமாகக் குரலெழுப்பினார்கள். 'ரோமானிய மக்களே! நமக்கு மீண்டும் சுதந்தரம் கிடைத்துவிட்டது.'

---

* டோகா என்றழைக்கப்படும் இந்த முதுகு அங்கி, ரோமானியர்களின் பழங்கால உடை. அன்றைக்கு புரூட்டஸூம் ஆதரவாளர்களும் தம் கையில் கொண்டுவந்த குறுங்கத்தியை டோகாவுக்குள்தான் மறைத்து வைத்திருந்தனர்.

** 'You too, Brutus?' - இது தன்னுடைய ஜூலியஸ் சீஸர் நாடகத்தில் ஷேக்ஸ்பியர் எழுதி புகழ்பெற்ற வசனம். புரூட்டஸூம் தன்னைக் கத்தியால் குத்துவதைக் கண்ட சீஸர், அதிர்ச்சியுடன் 'என் மகனே. நீயுமா?' என்ற அர்த்தத்தில் சொல்வதாக எழுதியிருப்பார் ஷேக்ஸ்பியர். பண்டைய சரித்திர ஆசிரியர்களான Plutarch, Suetonius இருவரும் சீஸர் இறப்பதற்கு முன் எதுவும் சொல்லவில்லை என்று பதிவு செய்து வைத்திருக்கிறார்கள்.

யாருக்கும் எதுவும் புரியவில்லை. புரூட்டஸும் ஆதரவாளர்களும் அங்கிருந்து மறைந்தார்கள். சீஸர் கொலை செய்யப்பட்டார் என்ற விஷயம் பின்னரே மக்களிடையே பரவ ஆரம்பித்தது. பீதியடைந்த மக்கள், தத்தமது வீடுகளுக்குள் சென்று பதுங்கிக் கொண்டார்கள்.

மொத்தம் அறுபது பேர், சீஸர் கொலை சதியில் ஈடுபட்டதாகக் கருதப்படுகிறது. சீஸரின் உடம்பில் மொத்தம் இருபத்துமூன்று இடங்களில் காயங்கள். அதில் இரண்டாவதாக நெஞ்சில் விழுந்த கத்திக் குத்துதான் மிகவும் ஆழமானது. அதிலிருந்துதான் அதிக ரத்தம் வெளியேறியிருக்கிறது. அதனால்தான் அவர் இறந்தார். இது இறந்துபோன சீஸரின் உடலை ஆராய்ந்து பார்த்த அவரது மருத்துவர் அண்டிஸ்டியஸின் அறிக்கை. உலகின் முதல் போஸ்ட்-மார்டம் அறிக்கை இதுதான்.

•

கிளியோபாட்ரா, சீஸரின் இறப்புச் செய்தி கேட்ட நொடியில் நொறுங்கிப் போனாள். அவரது உடலையாவது இறுதியாக ஒருமுறை பார்க்க ஏங்கினாள். பயம். சீஸரியனுக்கு ஆபத்து நேர்ந்துவிட்டால்?

தாமதிக்கவில்லை. உடனே அலெக்ஸாண்ட்ரியா கிளம்பத் தயாரானாள். அதே சமயத்தில் அவளுக்கு இன்னொரு விஷயமும் தெரிய வந்தது. சீஸர், தன் அதிகாரபூர்வ மகனாக ஒருவரைத் தத்து எடுத்திருந்தார். ஆக்டேவியஸ் (Octavius)*. அவர், சீஸருக்குப் பேரன் முறை. சீஸர் எழுதி வைத்திருந்த உயில் மூலமாக விஷயம் வெளிப்பட்டது.

இனி, சீஸரியன் என் மகன் மட்டும்தானா? சீஸரின் வாரிசு இல்லையா? எனில் நான் ஏமாற்றப்பட்டு விட்டேனா? கிளியோபாட்ரா, தாங்க முடியாத வருத்தத்துடன் ரோமை விட்டுக் கிளம்பினாள். எகிப்தியப் படைகள் சூழ, பாதுகாப்பாக அலெக்ஸாண்ட்ரியா வந்தடைந்தாள்.

---

* கி.மு. 63ல் பிறந்தவர். ஆக்டேவியஸின் தந்தை காயஸ் ஆக்டேவியஸ். மாஸிடோனியாவின் கவர்னராக இருந்தவர். தாய் சீஸோனியா, ஜூலியஸ் சீஸரின் உடன்பிறந்த தங்கையின் மகள். இந்த உயிலை சீஸர் கி.மு. 45ல் ரோமுக்குத் திரும்பிய பிறகுதான் எழுதி வைத்தார். ஆக்டேவியன் என்றும் அழைக்கப்பட்ட இவர்தான் பின்னாளில் ரோமின் முதல் பேரரசராக முடிசூட்டிக் கொண்ட அகஸ்டஸ்.

ஐம்பத்தைந்து வயது சீஸரின் உடல் அவரது மாளிகைக்குக் கொண்டு வரப்பட்டது. அவரது மனைவியான கால்பர்னியா கதறினாள். முந்தைய இரவில் இடித்த இடியும், கனவில் தோன்றிய கெட்ட சகுனங்களும் நினைவில் வந்து அவளை வாட்டின.

'உங்களுக்கு உடல்நிலை சரியில்லை என்று நான் வேண்டு மானால் புரூட்டஸுக்குத் தகவல் சொல்லி விடுகிறேன். நீங்கள் செனட்டுக்குச் செல்ல வேண்டாம்' என அவள் காலையில் சீஸரிடம் சொல்லிப் பார்த்தாள். அவர் பொய் சொல்ல விரும்ப வில்லை. ஏதேதோ சொல்லி அழுது புலம்பிய அவளைத் தேற்ற யாராலும் முடியவில்லை.

செனட் வளாகத்தில் இருந்தும் சீஸரைக் காப்பாற்ற இயலாத துர்பாக்கியம். மார்க் ஆண்டனி வெளிக்காட்டவில்லை. சீஸரின் இறுதிச் சடங்குகளுக்கான ஏற்பாடுகளைச் செய்வதில் தீவிரமாக இருந்தார்.

சீஸரின் உடல் தகன மைதானத்தில் வைக்கப்பட்டிருந்தது. வீரர்கள் அணிவகுத்து நின்றார்கள். கூடியிருந்த மக்களின் அழுகுரல் நிற்கவில்லை. ஆண்டனி, சீஸரின் உருவம் கொண்ட மெழுகுச் சிலையை அங்கே கொண்டுவரச் செய்தார். அதில் சீஸருக்கு எங்கெல்லாம் காயம் ஏற்பட்டுள்ளதோ அத்தனை காயங்களும் காட்டப்பட்டிருந்தன. ஆண்டனி தன் கம்பீரக் குரலில் மக்களைப் பார்த்துப் பேச ஆரம்பித்தார்.

'நம் ரோமின் தந்தை, ரோமுக்காக இந்த உலகில் பாதியை வென்று கொடுத்த மாவீரர், மரியாதைக்குரிய நம் ஜூலியஸ் சீஸருக்கு நேர்ந்த கதியைப் பார்த்தீர்களா? இதோ இங்கே ஒலிப்பது என் குரலல்ல, நம் ஒவ்வொருவருடைய குரல்...' என்று ஆரம்பித்து உணர்ச்சி பொங்க, சீஸரின் பெருமைகளைப் பேச ஆரம்பித்தார். அவருடைய சாதனைகளைப் பட்டியலிட் டார். அதே நேரத்தில் அவருக்கு இழைக்கப்பட்ட அநீதியையும், அதன் பின்னணியில் இருப்பவர்கள் செய்த துரோகங்களையும் வெளிச்சத்துக்குக் கொண்டு வந்தார். '...ரோமை உலகின் சாம்ராஜ்ஜியமாக்கி ஒவ்வொரு ரோமானியனுக்கும் பெருமை தேடித்தந்த அவர் இப்போது நம்மிடையே இல்லை. உண்மை யான ரோமானியர்களாகிய நாம், அவருக்குச் செய்ய வேண்டிய மரியாதை, ரோமின் சுதந்தரம் துரோகிகளிடம் பறிபோகாமல் பாதுகாப்பதே.'

வீரர்கள் வாத்தியங்கள் வாசித்து சீஸருக்கு இறுதி மரியாதை செய்தார்கள். ஆண்டனி சைகை காட்டவும், சீஸரின் உடலுக்கு நெருப்பு வைக்கப்பட்டது. கையில் தீப்பந்தங்களுடன் கூடி யிருந்தவர்களும் அதை எரியும் நெருப்பில் போட்டுவிட்டு நகர்ந் தார்கள். பிறர், சீஸருக்குத் தாங்கள் செய்யும் மரியாதையாக, மாலைகள், நகைகள், காசுகள், மரச்சாமான்கள் என்று தம் வசமிருந்த பொருள்களை அந்த தகன நெருப்பில் போட்டார்கள். அந்த நெருப்பைவிட மக்கள் மனத்தில் எரிந்த நெருப்பு மிகவும் தகித்தது. அதற்கு முன்பாகவே புரூட்டஸ், காஸியஸ், அவர் களது ஆதரவாளர்கள் அனைவருமே ரோமை விட்டுத் தப்பித்துச் சென்றிருந்தார்கள்.

ரோமானியர்களின் வழக்கப்படி நடந்த சீஸரின் இறுதிச் சடங்கு கள் குறித்து கேள்விப்பட்ட கிளியோபாட்ரா வருத்தப்பட்டாள். 'சீஸரின் உடல் மட்டும் என் வசம் இருந்தால், இங்கே எகிப்தில் அவருக்கென பிரமிடு ஒன்றை உருவாக்கியிருப்பேன். ரோமானி யர்கள் போல தக்க மரியாதை தராமல் அந்த மாவீரரின் உடலை எரித்திருக்க மாட்டேன்.'

6. வாரிசு

கால்பர்னியாவுக்குக் குழந்தைகள் கிடையாது. இன்னொரு திருமணம் செய்துகொள்ளவும் அவள் தயாராக இல்லை. சீஸரின் வலதுகையாக இருந்த ஆண்டனியைத்தான் அவளும் நம்பினாள். சீஸரின் பணம், நகைகள், முக்கிய சொத்துகள் குறித்த ஆவணங்கள், உயில்கள், புத்தகங்கள், தனது செல்வங்கள் போன்றவற்றை ஆண்டனியிடம் ஒப்படைத்துப் பாதுகாக்கச் சொல்லியிருந்தாள்.

சீஸர் ஆதரவாளர்களின் தலைவராக மார்க் ஆண்டனி உருவாகியிருந்தார்.

அதுவும் நீண்ட காலத்துக்கு நீடிக்கவில்லை. போட்டிக்கு வந்து நின்றார் பத்தொன்பது வயது ஆக்டேவியஸ். சீஸர் கொல்லப்பட்ட சமயத்தில், அவர் கிரீஸின் வடக்கிலுள்ள அப்போலானியா நகரத்தில், தன் அதிகாரத்தில் கீழிருந்த படைகளுடன் ராணுவப் பணியில் இருந்தார். சீஸரின் இறப்புச் செய்தி கேட்டதுமே ரோமுக்குச் செல்ல துடித்தார். அவரைச் சார்ந்தவர்கள், அப்போது ரோமுக்குச் செல்வது ஆபத்து என்று தடுத்து வைத்தார்கள்.

அடுத்த சில நாள்களிலேயே, சீ ஸர் அவரை மக னாகத் தத்து எடுத்துள்ளார், சீஸரின் அதிகாரபூர்வ வாரிசு அவர்தான் என்ற விஷயம் தெரிய வந்தது. அகமகிழ்ந்த ஆக்டேவியஸ் சற்றும் தாமதிக்க வில்லை. ரோமை வந்தடைந்தார்.

சீஸரின் உடைமைகள், சொத்துகளை எல்லாம் ஆண்டனியின் பொறுப்பில் இருப்பதை அறிந்தார்.

தன்னிடம் ஒப்படைக்கச் சொல்லி கேட்டார். அந்த நாள்களில் ஆண்டனி ஏகப்பட்ட பொறுப்புகளுடன் நிற்க நேரமின்றி செயல்பட்டு வந்தார். எனவே ஆக்டேவியஸைச் சந்திக்க நேரம் ஒதுக்க முடியவில்லை. தவிர, பத்தொன்பது வயது இளைஞனிடம் இவ்வளவு பெரிய பொறுப்புகளை இப்போதே ஒப்படைக்க வேண்டுமா என்ற நினைப்பும் ஆண்டனிக்கு இருந்தது.

நாளடைவில் செனட் உறுப்பினர்களில் பலரும், நகரின் முக்கியஸ்தர்களும் ஆக்டேவியஸிடம் நட்பு பாராட்டினார்கள். சீஸரின் வாரிசான அவரது துடிதுடிப்பும் அறிவுக் கூர்மையும் திறமையும் மக்களிடையே புகழை வளர்த்தன. ஆண்டனியின் எதிர் சக்தியாக விறுவிறுவென வளர்ந்து நின்றார் ஆக்டேவியஸ்.

இன்னொருவரும் சக்தியாக உருவாகிக் கொண்டிருந்தார். லெபிடஸ் (Lepidus). சீஸரின் தீவர ஆதரவாளர். வலிமை வாய்ந்த ரோமானிய தளபதி. அனுபவம் மிக்க செனட் உறுப்பினர். சீஸர், போம்பேயுடன் போரிட்டுக் கொண்டிருந்தபோது, லெபிடஸைத்தான் ரோமுக்குப் பொறுப்பாக விட்டுச் சென்றிருந் தார். சீஸரை செனட்டில் 'வாழ்நாள் சர்வாதிகாரி'யாக அறிவித்த போது, துணை சர்வாதிகாரியாக லெபிடஸைத்தான் அங்கீகரித் தார்கள். சீஸரோடு சேர்த்து லெபிடஸ், ஆண்டனியையும் சேர்த்துக் கொல்லத்தான் சதிகாரர்கள் திட்டமிட்டார்கள். ஆனால் புரூட்டஸ் மறுத்துவிட்டார். கொலை நடந்தபோது, செனட் வளாகத்தில்தான் லெபிடஸும் இருந்தார். ஆனால் அவராலும் சீஸரைக் காப்பாற்ற இயலவில்லை. சீஸரின் மரணத்துக்குப் பிறகு அவர் கட்டுப்பாட்டின் கீழிருந்த ரோமானியப் படையில் பெரும் பகுதி லெபிடஸின் கட்டுப்பாட்டில் வந்திருந்தது.

ஆண்டனி, ஆக்டேவியஸ், லெபிடஸ் - மூவருமே சீஸருக்கு நெருங்கியவர்கள். அவரது தீவிர ஆதரவாளர்கள். கிட்டத்தட்ட சம அளவு வலிமையும் கொண்டவர்கள். எனில் சீஸரின் இடத்தை நிரப்பப் போவது யார்?

லெபிடஸ், மற்ற இருவருக்கும் மாற்றுச் சக்தியாகத் தன்னை நினைக்கவில்லை. மாறாக ஆண்டனி, ஆக்டேவியஸ் இரு வருக்கும் இடையே பாலமாகச் செயல்பட்டார். இருந்தாலும் சீஸரின் ஆதரவாளர்கள் இப்படி பிளவுபட்டுக் கிடந்தால் அவரது

ரோம் சாம்ராஜ்ஜியக் கனவை முன்னெடுத்துச் செல்வது யார்? இதனால் எதிரிகளுக்குத்தானே லாபம். சீஸரைக் கொன்ற அந்த துரோகிகளை அழித்தொழிக்க வேண்டாமா?

கருத்து வேறுபாடுகளுடன் திரிந்தாலும் மூவருக்குமே இந்த எண்ணம் இருந்தது. எனவே நட்பு ரீதியாகச் சந்திக்க விரும்பினார்கள். இத்தாலியின் வடக்கிலுள்ள போ (Po) என்கிற தீவின் ஒரு கிளையில் மூவரது சந்திப்புக்கான ஏற்பாடுகள் நடந்தன. இருந்தாலும் ஒருவர் மீது ஒருவருக்கு நம்பிக்கை ஏற்படவில்லை. 'போகின்ற இடத்தில் நம்மை ஏதாவது சதி செய்து கொன்றுவிடுவார்களோ?', 'மற்ற இருவரும் கைகோர்த்துக் கொண்டு நம்மை அழித்து விடுவார்களோ?'

மார்க் ஆண்டனி

சந்திப்பு நடக்கவிருந்த தீவின் கிளைப் பகுதிக்கு லெபிடஸ் முன்னதாகவே தம் படைகளுடன் வந்து சேர்ந்தார். எந்த பயமும் இல்லை என்று ஆண்டனியிடமும் ஆக்டேவியஸிடமும் உத்தரவாதம் கொடுத்தார். பாதுகாப்புப் படையினர் சூழ, இறுக்கமான சூழ்நிலையில் மூவருமே பேச்சுவார்த்தையை ஆரம்பித்தனர். நேரம் ஆக, ஆக இறுக்கம் குறைந்தது. இணக்கம் வந்தது. ஒரு நாள் சந்திப்பு, மூன்று நாள்கள் வரை நீண்டது.

முடிவில், மூவர் கூட்டணி ஒப்பந்தம் (Triumvirate) கையெழுத் தானது. பிற புரிந்துணர்வு ஒப்பந்தங்களும் கையெழுத்தாயின. 'புரூட்டஸ், காஸியஸ் கூட்டணியை அழித்தொழிப்போம்!' - உறுதி எடுத்துக் கொண்டு அங்கிருந்து கிளம்பினார்கள்.

•

புரூட்டஸும் காஸியஸும் அப்போது ஆசியா மைனரில் வெவ்வேறு பகுதிகளில் முகாமிட்டிருந்தார்கள். சீஸரைக் கொன்றுவிட்டால் மக்களின் பேராதரவுடன் ரோமைக் குடியரசாக மாற்றி விடலாம் என்று அவர்கள் போட்டிருந்த கணக்கு எவ்வளவு முட்டாள்தனமானது என்பதை அவர்கள் உணர்ந்திருந்தார்கள். வேறு வழியில்லை. நீரில் குதித்து விட்டார்கள். நீந்திக் கடக்கத்தான் வேண்டும்.

சீஸரின் ஆதரவாளர்களை எல்லாம் ஒழித்துக் கட்ட வேண்டும். மீண்டும் ரோமானிய மக்களின் ஆதரவைப் பெற வேண்டும். பின்புதான் ரோமைக் குடியரசாக நீட்டிக்க முடியும். எனவே இருவரும் படை திரட்டிக் கொண்டிருந்தார்கள். பல பகுதி களுக்கும் படை உதவி கேட்டு தூது அனுப்பிக் கொண்டிருந் தார்கள். அவர்கள் அனுப்பிய தூதுவர்களில் ஒருவன் விவரம் தெரியாமல், அலெக்ஸாண்ட்ரியா சென்றான். புரூட்டஸ், காஸியஸுக்கு ஆதரவு கேட்டு கிளியோபாட்ரா முன் நின்றான். அவமானப்பட்டுத் திரும்பினான்.

சீஸரைக் கொன்றவர்களைப் பழிவாங்க வேண்டாமா? கிளியோபாட்ரா, ஆண்டனியின் உதவிக்கு அனுப்புவதற்காக எகிப்தியப் படைகளைத் தயார் செய்து கொண்டிருந்தாள். அதே சமயத்தில் கிளியோபாட்ராவின் நடவடிக்கைகளால் சீண்டப்பட்ட காஸியஸ், எகிப்து மீது படையெடுக்கத் திட்டமிட்டார்.

அலெக்ஸாண்ட்ரியாவிலிருந்து எகிப்திய கப்பல் படை ஆண்டனிக்கு உதவுவதற்காகக் கிளம்பியது. ஆனால் மத்திய தரைக்கடலில் புயலில் சிக்கி சின்னாபின்னமானது. தப்பித்த ஒரு சில கப்பல்களும், திசைமாறிக் காணாமல் போயிருந்தன. விஷயமறிந்த கிளியோபாட்ரா உடைந்து போனாள். கூடவே காஸியஸும் படையெடுத்துவரப்போவதாகக் கிடைத்த தகவலால் அதிர்ந்து நின்றாள்.

ஆனால் காஸியிஸின் எகிப்தியப் படையெடுப்பைத் தடுக்கும்விதமாகச் செய்தி ஒன்று வந்தது, புரூட்டஸிடமிருந்து. ‘ஆண்டனி, ஆக்டேவியஸ், லெபிடஸ் மூவரும் கூட்டணி அமைத்துப் படையெடுத்து வருகிறார்கள். போருக்குத் தயாராகவும்.’

•

பிலிப்பி (Philippi). மாஸிடோனியாவில் அமைந்த ஒரு நகரம். புருட்டஸூம் காஸியஸூம் அங்கே முதலில் வந்தார்கள். புரூட்டஸ் ஒரு சமவெளியிலும், காஸியஸ் கடற்கரையிலும் முகாமிட்டிருந்தார்கள். பின்பு அங்கே வந்த ஆண்டனி, காஸியஸ் முகாமுக்கு எதிர்த் திசையில் தன் முகாமை அமைத்தார். சற்றே உடல் நலமின்றி அங்கு வந்து சேர்ந்த ஆக்டேவியஸின் முகாம், புரூட்டஸின் முகாமுக்கு எதிர்த் திசையில் அமைக்கப்பட்டது. லெபிடஸ் சில பணிகள் காரணமாக ரோமில் இருந்தார்.

இரு புறமும் படைபலம் சமமாகத்தான் இருந்தது. ஆனால் புரூட்டஸூம் காஸியஸூம் உணவுத் தட்டுப்பாட்டில் தவித்தனர். அவர்களுக்கிடையே சில கருத்துகளில் வேறுபாடுகளும் தோன்ற ஆரம்பித்திருந்தன. இப்போது போர் தேவையா என்று புரூட்டஸ் யோசிக்க ஆரம்பித்திருந்தார். எதிரிகளை இதற்கு மேலும் விட்டுவைக்கக் கூடாது என்பது காஸியஸின் வாதம்.

‘போரை அடுத்த குளிர்காலம் முடியும் வரையாவது தள்ளிப் போடலாம்’ என்றார் காஸியஸின் தளபதி ஒருவர்.

‘ஏன் அப்படிச் சொல்கிறாய்?’

‘இந்தப் போரினால் எனக்கு எந்த லாபமும் கிடைக்கப் போவதில்லை, தள்ளிப்போட்டால் என் ஆயுளில் ஒரு வருடமாவது அதிகரிக்குமே.’

இந்தப் பதிலைக் கேட்டு காஸியஸூம் அதிர்ந்துபோனார். இனி ஒன்றும் செய்ய இயலாது. எதிரிகள் நாளை போரை ஆரம்பித்து விடுவார்கள். இரவோடு இரவாக முகாமைக் காலி செய்துவிட்டு ஓட தன்மானம் இடம் கொடுக்கவில்லை. மறுநாள் களத்தில் இறங்க மனத்தளவில் தயாராக ஆரம்பித்தார்கள். அன்று இரவு புரூட்டஸின் முகாமில் கேளிக்கையும் கொண்டாட்டங்களும்

காணப்பட்டன. புரூட்டஸ், தனது வீரர்களுக்கு உத்வேகம் அளிக்கும்படி நீண்ட உரையாற்றினார். நேர்மாறாக காஸியஸின் முகாமில் மயான அமைதி. காஸியஸ் தனக்கு நெருக்கமானவர்களிடம் பேசிக் கொண்டிருந்தார். 'இனி எதையும் தடுக்க இயலாது. நிகழ்வது நிகழத்தான் போகிறது. நல்லது நடக்கும் என்று நம்புவோம். நாளை இரவு மீண்டும் இங்கே உணவுக்காகக் கூடுவோம். நாளை எனக்குப் பிறந்த நாள்.'

விடிந்தது. களம் இறங்கும் முன் காஸியஸும் புரூட்டஸும் சந்தித்தார்கள். போர் வியூகங்கள் குறித்துப் பேசினார்கள். களத்துக்குக் கிளம்பும் முன் காஸியஸ் கேட்டார், 'தோல்வி நேர்ந்தால் நீ களத்திலிருந்து தப்பித்துச் செல்வாயா அல்லது அங்கேயே இறுதிமூச்சு வரை போராடுவாயா?'

புரூட்டஸ் அமைதியாகச் சிரித்தபடி சொன்னார், 'நாம் வெற்றி பெற முடியாவிட்டால் ரோமைக் காப்பாற்ற முடியவில்லையே என்ற வருத்தம்தான் என்னைக் கொல்லும். களத்திலிருந்து ஒருபோதும் தப்பித்து ஓட மாட்டேன்.'

இருவரது வீரர்களும் கொஞ்சம் நம்பிக்கையிழந்துதான் காணப்பட்டார்கள். காரணம் அபசகுனங்கள். காஸியஸின் முகாமில் வைக்கப்பட்டிருந்த கடவுள் சிலை ஒன்று தானாகக் கீழே விழுந்தது. அவர்களது முகாமை ஏராளமான வெளவால்கள் கடந்து சென்றன. தவிர, தேனீக்கள் கூட்டம் கூட்டமாகத் தாக்கவும் செய்தன. அப்போது எதையும் யோசிக்க நேரமில்லை. எதிர் முகாமிலிருந்து போரைத் தொடங்கும் விதமாக வாத்திய ஓசை கேட்க ஆரம்பித்தது. கி.மு. 42 அக்டோபர் 3 அன்று 'பிலிப்பி போர்' ஆரம்பமானது.

புரூட்டஸின் படைகளும், ஆக்டேவியஸின் படைகளும் மோதின. மூன்று மைல்கள் தள்ளி காஸியஸின் படைகளும், ஆண்டனியின் படைகளும் போரிட்டன. உடல் நலக் குறைவோடு இருந்த ஆக்டேவியஸ் களமிறங்கவில்லை. எனவே புரூட்டஸ் அவரது படைகளை எளிதாகச் சிதறடித்தார். ஆக்டேவியஸைப் பிடிக்கும் எண்ணத்துடன், அவரது முகாமுக்கு விரைந்தார். அதற்கு முன்பாகவே தன் பாதுகாவலர்களுடன் களத்திலிருந்து தப்பித்திருந்தார் ஆக்டேவியஸ்.

குதிரையைச் செலுத்துவதில் சூரரான ஆண்டனியின் போர் வியூகத்தில், காஸியஸின் படைகள் சிதைந்து போயிருந்தன. தன்

நண்பருக்கு கைகொடுக்கலாம் என்று புரூட்டஸ் படைகளுடன் காஸியஸைத் தேடி வந்தபோது, அவரது முகாம் காலியாகக் கிடந்தது. 'காஸியஸுக்கு என்ன ஆகியிருக்கும்? தோற்கடிக்கப் பட்டு விட்டாரா?' இதயம் படபடக்கத் தேடிச் சென்ற புரூட்டஸ், தூரத்தில் குன்று போலிருந்த ஒரு பகுதியில் சில வீரர் களுடன் யாரோ பதுங்கியிருப்பதை உணர்ந்தார்.

அது யாராக இருக்கும்? காஸியஸா, இல்லை ஆண்டனியா? சென்று பார்த்துவர ஒரே ஒரு குதிரை வீரனை மட்டும் புரூட்டஸ் அனுப்பினார். காஸியஸும் தூரத்தில் யாரோ வருவதைப் பார்த்து பயந்து நின்றார். ஆண்டனியின் ஆளாக இருக்குமோ?

'யார், என்னவென்று விசாரியுங்கள். ஆண்டனியின் ஆளாக இருந்தால் கழுத்தைச் சீவி விடுங்கள்' என்று மற்றவர்களுக்குக் கட்டளையிட்ட காஸியஸ், அங்கே அமைக்கப்பட்டிருந்த தாற்காலிகக் கூடாரத்துக்குள் பதுங்கினார். பிண்டாரஸ் என்ற அவரது பணியாளனும் கூடாரத்துக்குள் சென்றான்.

அந்தப் பகுதியிலிருந்து எந்தத் தகவலும் கிடைக்காததால் புரூட்டஸ் அங்கே தம் படைகளுடன் விரைந்தார். யாரும் தென்படவில்லை. குதிரையிலிருந்து இறங்கி, கையில் வாளை உருவியபடி, அந்தக் கூடாரத்துக்குள் நுழைந்தார். ஒரே ஒரு உடல் மட்டும் கிடந்தது. காஸியஸ்*.

•

அதே அக்டோபர் 23 அன்று ஆண்டனி படைகளும் புரூட்டஸின் படைகளும் களத்தில் மோதின. காஸியஸின் இழப்பு, புரூட்டஸை மனத்தளவில் பலவீனப்படுத்தியிருந்தது. அவரால் களத்தில் கவனம் செலுத்த இயலவில்லை. ஆண்டனியின் கட்டுக்கோப்பான படை, களத்தில் ஆதிக்கம் செலுத்தியது. புரூட்டஸின் படை வீழ்ந்தது.

---

* பிண்டாரஸ், காஸியஸைக் கொலை செய்தார். ஆண்டனியின் படைகள் சூழ்ந்துவிட்டதென பயந்து காஸியஸ் பிண்டாரஸின் கையில் வாள் கொடுத்து தம்மை வெட்டச் சொன்னார். புரூட்டஸ் தற்கொலை செய்து கொண்டதாகக் கேள்விப்பட்ட காஸியஸ், மனமுடைந்து தானும் தற்கொலை செய்து கொண்டார். காஸியஸின் மரணம் குறித்து இப்படி மூன்று குறிப்புகள் இருக்கின்றன.

இறுதி வரை களத்தில் நின்று ரோமுக்காகப் போராடுவேன் என்று சூளுரைத்ததெல்லாம் அப்போது புரூட்டஸுக்கு நினைவில் வரவில்லை. தன் பாதுகாவலர்களுடன் களத்திலிருந்து தப்பித்து ஓடினார்.

'சீக்கிரம் இங்கே வாருங்கள். மறைவிடம் ஒன்று இருக்கிறது' - நீரோடை ஒன்றைக் கடந்து ஓடிக் கொண்டிருந்த புரூட்டஸை அவரது பாதுகாவலர் அவசரமாக அழைத்தார். பாறைகள், மரங்கள் நிறைந்த அந்த இடத்தில் ஒரு மரப் பொந்தில் புரூட்டஸ் பதுங்கினார். உடன் மற்றவர்களும் அருகருகில் பதுங்கிக் கொண்டார்கள்.

புரூட்டஸ்

எதிரிகள் அருகிலேயே நடமாடுவதை அவர்களால் உணர முடிந்தது. இருட்டும் வரை அங்கிருந்து நகர முடியவில்லை. 'தண்ணீர் கிடைக்குமா? செத்துவிடுவேன் போலிருக்கிறது' - புரூட்டஸ் கெஞ்சினார். பாதுகாவலர் ஒருவர் பதுங்கிப் பதுங்கி நீரோடைக்குச் சென்றார். தன் ஹெல்மெட்டில் நீர் கொண்டு வந்தார். புரூட்டஸுக்குத் தாகம் தணியவில்லை. மற்றவர்களும் தவித்துக் கொண்டிருந்தார்கள்.

இந்த முறை சென்று திரும்பிய பாதுகாவலர் உடலெங்கும் காயங்கள். 'எதிரிகள் இங்குதான் இருக்கிறார்கள். என்னைப் பார்த்துவிட்டார்கள். எப்படியோ தப்பி வந்துவிட்டேன்.'

அதற்கு மேலும் அங்கிருந்தால் ஆபத்தல்லவா. 'ரோமின் இந்த துரதிர்ஷ்ட நிலை கண்டு வருந்துகிறேன். காஸியஸின் மரண மும், நிகழப்போகும் எனது மரணமும் நிச்சயம் ஆண்டனிக்கு மகிழ்ச்சி தரக்கூடியதுதான். என்னைப் பற்றி அதிகம் கவலைப் படாதீர்கள். உங்களைப் பாதுகாத்துக் கொள்ளுங்கள்.' புரூட்டஸ் தன் சகாக்களுக்குப் பிரியாவிடை கொடுத்தார். ஒவ்வொருவராக அங்கிருந்து பதுங்கிப் பதுங்கி நகர ஆரம்பித்தார்கள்.

புரூட்டஸ் அங்கிருந்து தப்பித்துச் செல்ல நினைக்கவில்லை. தன் சகாவான ஸ்டரடோ என்பவரிடம் வாளைக் கொடுத்தார். தன்னை வெட்டச் சொல்லி கழுத்தை நீட்டினார். 'முடியவே முடியாது' என்று ஸ்டரடோ கதறினார். புரூட்டஸ் தன் அடிமையை அழைத்துக் கையில் வாளைக் கொடுத்தார்.

ஸ்டரடோ பதறினார். 'நீங்கள் ஓர் அடிமையின் கையால் அவமானப்பட்டுச் சாவதை என்னால் பார்க்க முடியாது.' அடிமையின் கையிலிருந்து வாளைப் பிடுங்கிய ஸ்டரடோ, தன் கண்களை இறுக மூடியபடி ஒரே வெட்டு. புரூட்டஸின் உடல் கொஞ்ச நேரம் துடித்துக் கொண்டிருந்தது.

புரூட்டஸின் இறப்பு, பிலிப்பி போரை முடிவுக்குக் கொண்டு வந்தது. அவரது ஆதரவாளர்கள் பலரும் கொல்லப்பட்டிருந் தனர். ரோம் குடியரசாக நீடித்திருப்பதற்கான சாத்தியங்கள் கிட்டத்தட்ட அழிக்கப்பட்டிருந்தன.

7. காதலன், வயது 42

முதலில் கோமாளிகளின் நகைச்சுவையோடு நிகழ்ச்சி ஆரம்பமாகும். அடுத்து மாய வித்தைகள் செய்பவர்கள் தம் திறமையைக் காட்டுவார்கள். அப்புறம் ஜிம்னாஸ்டிக் வீரர்கள், வீராங்கனைகள் தோன்றி மகிழ்விப்பார்கள். அடுத்ததாக நாடகங்கள் ஆரம்பமாகும். பின் இசைக்கலைஞர்களின் கச்சேரி. கூடவே அழகழகான நடனப் பெண்கள் தம் உற்சாக நடனத்தை ஆரம்பிப்பார்கள். கேளிக்கைகள் நள்ளிரவு வரை நீளும்.

மார்க் ஆண்டனி, 'கேளிக்கைக் குழு' ஒன்றைத் தன்னுடனேயே வைத்திருந்தார். தான் எங்கு சென்றாலும் குழுவினரையும் உடன் அழைத்துச் சென்றார். தினமும் ஆண்டனியின் இரவுகள், மிதமிஞ்சிய மதுவில் நனைந்தன. மது மயக்கத்தில் அனைத்து நிகழ்ச்சியையும் அமர்ந்து ரசிப்பார். போதை மிகும் சமயங்களில் நடனப் பெண்களுக்குப் போட்டியாகத் தானும் களமிறங்கி ஆட ஆரம்பிப்பார். தினமும் அவரை வீட்டுக்குக் கொண்டு சேர்க்க, சில நண்பர்கள் தோள் கொடுக்க வேண்டியதிருந்தது. சில நாள்களில் பகல் பொழுதிலேயே மதுவில் திளைத்தார். அப்படியே சாலைக்கு வந்து யாரிடமாவது வம்பிழுப்பதையும் பொழுது போக்காக வைத்திருந்தார். மக்கள் முகம் சுளிக்குமளவுக்கு ஆண்டனியின் ஒழுக்கக் கேடான செயல்கள் இருந்தன.

ஆண்டனி, தனது ஆரம்பகால வாழ்க்கையில் யாருக்கும் கட்டுப்படாத சுகவாசி, ஊதாரியாகத்தான் இருந்தார். இருந்தாலும் ரோமானியத் தளபதி பதவி

கிடைத்து, சீஸருடன் நெருங்கிப் பழக ஆரம்பித்ததும் கட்டுப் பாட்டுடன், பொறுப்புடன் நடக்க ஆரம்பித்தார். எல்லாம் கொஞ்ச காலம்தான். வெகு விரைவிலேயே அவரது பழைய குணங்கள் தலைதூக்க ஆரம்பித்தன.

சைதெரிஸ் என்ற நடிகைதான் ஆண்டனியின் ஆதர்ச ஆசை நாயகியாக அப்போது இருந்தாள். அவளோடு உல்லாச சுற்றுலா செல்வது ஆண்டனிக்கு மிகவும் பிடித்த விஷயம். தங்க, வெள்ளி தட்டுகள், கோப்பைகள், விலையுயர்ந்த, கலைநயமிக்க தட்டு முட்டுச் சாமான்கள், அழகுப் பொருள்கள், பிரம்மாண்ட ஜாடி களில் மது, விதவிதமான உணவுப் பொருள்கள், எக்கச்சக்கமான ஆடைகள், இவை எல்லாவற்றையும் சுமந்து செல்ல பல ரதங்கள். கேளிக்கை குழுவினருக்குத் தனியே ரதங்கள். சைதெரிஸும் ஆண்டனியும் பயணம் செய்ய பல்வேறு வசதிகள் நிரம்பிய பிரம்மாண்ட ரதம். பாதுகாப்புக்கு வீரர்கள். பணிசெய்ய அடிமைகள். உல்லாசப் பயணம் ஆரம்பமாகும்.

கடற்கரை, புல்வெளி, மலையடிவாரம் எங்கே ஆண்டனி விரும்புகிறாரோ, அங்கே கூடாரங்கள் அமையும். சமையல் நடக்கும். கேளிக்கைகள் ஆரம்பமாகும். களைத்து விழும்வரை கொண்டாட்டமும்தான். சாலைகளை மறித்து, மக்களுக்கு இடைஞ்சல் செய்யும் வகையில் கூடாரங்கள் அமைத்துகூட ஆண்டனி, சைதெரிஸுடன் கூத்தடித்தார். ஒருமுறை ஆண்டனி, தன் வலிமையை மற்றவர்களிடம் காண்பிப்பதற்காக, மது ஜாடிகள் நிரம்பிய ரதத்தை சிங்கங்களைப் பூட்டி இழுத்துவர வைத்தாராம்.

இப்படி லகான் இன்றி, முரட்டுக் குதிரையாகத் திரிந்து கொண் டிருந்த ஆண்டனியைக் கட்டுப்படுத்தும் வலிமையுடனும் ஒருத்தி இருந்தாள். ஃபல்வியா (Fulvia). ஆண்டனியின் மூன்றா வது மனைவி.

ஃபதியா என்பவள் ஆண்டனியின் முதல் மனைவி. அவளுக்கும் ஆண்டனிக்கும் பல வாரிசுகள் உண்டு என்பதைத் தவிர மேற் கொண்டு தகவல்கள் இல்லை. ஆண்டோனியா இரண்டாவது மனைவி. அவளுக்கு ஒரு மகள் உண்டு. அவளது நடத்தையில் குற்றம் கண்டுபிடித்த ஆண்டனி, விவாகரத்து செய்தார். மூன்றாவதாக கி.மு. 47 சமயத்தில் ஆண்டனி, ஃபல்வியாவைத் திருமணம் செய்து கொண்டார்.

ஃபல்வியாவுக்கும் ஆண்டனி மூன்றாவது கணவர்தான். அவரது முதல் இரண்டு கணவர்களான புல்சர், கியுரியோ இருவருமே ரோமின் புகழ்பெற்ற அரசியல்வாதிகள். சீஸரின் ஆதரவாளர்கள். புல்சர் ஓர் அரசியல் சதியில் கொல்லப்பட்டார். அதற்குப் பின் அவள் திருமணம் செய்துகொண்ட கியுரியோ, சீஸருக்காகப் போரிட்டபோது மரணமடைந்தார். முதலிரண்டு கணவர்களும் அரசியல்வாதிகளாக இருந்ததால் ஃபல்வியாவும் அரசியலில் ஈடுபட்டாள். வசதிகளுடன் வாழ்ந்தாள். ரோம் மக்கள் நன்கறிந்த வலிமையான பெண்ணாகத்தான் வலம் வந்தாள். ஆண்டனியைத் திருமணம் செய்தபின் அவளது புகழ் மேலும் அதிகரித்தது. ஆண்டனிக்காக இரண்டு மகன்கள் பெற்றெடுத்தாள் (மார்கஸ் ஆண்டனியஸ், லுல்லஸ் ஆண்டனியஸ்).

ஃபல்வியா வந்த பிறகுதான் ஆண்டனியின் தோற்றம், செயல்கள் எல்லாவற்றிலும் ஒழுங்கும் நாகரிகமும் மிளிர்ந்தன. அவளது வார்த்தைகளுக்கு மதிப்பு கொடுத்தார். அவளை மனதாரக் காதலிக்கவும் செய்தார்.

மார்கஸ் சிஸரோ (Cicero) என்ற ஒரு தத்துவஞானி அப்போது ரோமில் வாழ்ந்து வந்தார். வயதில் மூத்தவர், செல்வந்தர், அரசியல் அறிஞர், வழக்கறிஞர், இவை எல்லாவற்றையும்விட தன் பேச்சால் மக்களைக் கவர்ந்தவர். அவர் சொல்லும் வார்த்தைகளை மறுத்துப் பேச இன்னொருவன் பிறந்துதான் வர வேண்டும் என்பார்கள். அவருக்கும் மார்க் ஆண்டனிக்கும் ஆரம்பத்திலிருந்தே ஆகாது. ஆண்டனியின் செய்கைகளை வெளிப்படையாக விமர்சித்துப் பேசினார், எழுதினார். ‘ஆண்டனி, ஃபல்வியாவை அவளது செல்வங்களுக்காகத்தான் திருமணம் செய்திருக்கிறான்.’

இப்படித் தொடர்ந்து பல விமர்சனச் சீண்டல்கள். தவிர ஆக்டேவியஸின் தீவிர ஆதரவாளராகச் செயல்பட்ட இவர், ‘ரோமின் எதிரியாக ஆண்டனியை அறிவிக்க வேண்டும்’ என்றும் பிரசாரம் செய்து வந்தார்.

கி.மு. 43. சிஸரோவை இதற்கு மேல் விட்டுவைக்க வேண்டாம் என்று ஃபல்வியா ஆண்டனியை வற்புறுத்தினாள். ஆண்டனியின் வீரர்கள் இருவர், சிஸரோவைச் சூழ்ந்தனர். அவரைக் கொல்வதற்கு ஆயுதங்களை எடுத்தனர். தன் முடிவை அறிந்து கொண்ட சிஸரோ இறுதி வார்த்தைகளை உதிர்த்தார். ‘வீரர்களே,

சிஸரோவின் தலையோடு ஃபல்வியா

நீங்கள் செய்வது எதுவுமே முறையான செயலல்ல, என்னைக் கொல்வதையாவது முறையாகச் செய்யுங்கள்.'

அவரது தலை தனியாக வெட்டப்பட்டது. தன்னை எதிர்த்து எழுதிய கையையும் ஆண்டனி தனியே வெட்டச் சொல்லி யிருந்தார். வெட்டினார்கள். ஃபல்வியா, சிஸரோவின் தலையைத் தனியே எடுத்துப் போனாள். அவரது நாக்கைப் பிடுங்கினாள். தன்னையும் ஆண்டனியையும் கடுமையாக விமர்சித்த அதை, தன் கொண்டை ஊசியால் ஆத்திரம் தீரக் குத்தி மகிழ்ந்தாள்.

இப்படி ஃபல்வியாவுக்காக ஆண்டனி எதைச் செய்யவும் தயாராக இருந்தார். ஆனால் ஃபல்வியாவாலேயே சமாளிக்கவே முடியாத அளவுக்குப் போட்டியாக ஒருத்தி உருவானாள். கிளியோபாட்ரா.

●

பிலிப்பி யுத்தத்துக்குப் பிறகு ஆண்டனி, ராணுவப் பணி களுக்காக ஆசியா மைனர் வந்தார். அதற்கடுத்த வருடம் சிலிசியாவில் முகாமிட்டார் (கி.மு. 41). அங்கிருந்தபடி, தூதுவர் மூலம் கிளியோபாட்ராவுக்குக் கட்டளை ஒன்றை அனுப்பினார்.

'தாமதிக்காமல் என்னை வந்து சந்திக்க வேண்டும். பிலிப்பி யுத்தத்துக்காக எகிப்திய படைகளை ஏன் முறையாக அனுப்ப வில்லை என்பதற்கான உரிய விளக்கத்தை அளிக்க வேண்டும்.'

நிஜத்தில் ஆண்டனி கிளியோபாட்ராவிடமிருந்து எந்த விளக்கத் தையும் எதிர்பார்க்கவில்லை. கிளியோபாட்ராவைத்தான் எதிர் பார்த்தார். ஆண்டனி, ரோமுக்கு கிளியோபாட்ரா வந்து தங்கி யிருந்தபோதே அவளை, அவளது பேரழகை உள்ளுக் குள்ளேயே ரசிக்க ஆரம்பித்திருந்தார். இன்னொரு முறை அவளைத் தரிசிக்கும் வாய்ப்பு கிட்டினால் கசக்குமா என்ன? தவிர, ஃபல்வியாவும் அப்போது உடன் இல்லை, ரோமில் இருந்தாள் என்பது வசதி.

அதுபோக, எகிப்தின் உதவியும் அப்போது ஆண்டனிக்குத் தேவைப்பட்டது. படைவீரர்களுக்கு ஏகப்பட்ட சம்பள பாக்கி, உணவுத் தட்டுப்பாடு, அடுத்தடுத்த ராணுவ நடவடிக்கைகளை எடுக்க இயலாத நிலை. கிளியோபாட்ராவிடம் நேரடியாகச் சென்று கையேந்த அவரது 'அகம்பாவம்' ஒப்புக்கொள்ள வில்லை. எனவே கட்டளை அனுப்பினார்.

அலெக்ஸாண்ட்ரியாவுக்குத் தூது சென்ற தூதுவனும் இருபத் தெட்டு வயது கிளியோபாட்ரா முன் சென்று கிறங்கித்தான் நின்றான். 'உங்கள் தளபதி ஆண்டனிக்குப் பயப்பட வேண்டும் என்ற அவசியம் எனக்கில்லை.'

அந்தக் குரலில் வசியத் தன்மையும் கலந்திருந்தது. பதில் பேசத் திராணியின்றிப் பணிந்து நின்ற தூதுவனைப் பார்க்க, கிளியோ பாட்ராவுக்குப் பாவமாக இருந்தது. 'ஆண்டனி எனக்கு அழைப்பு விடுத்திருந்தால் சந்திக்க வந்திருப்பேன். எனக்குக் கட்டளையிட அவருக்கு என்ன உரிமை இருக்கிறது?'

'நீங்கள் இதனை அழைப்பாகவும் ஏற்றுக் கொள்ளலாம் அரசி' - தூதுவன் சமாளித்தான்.

'அவரை வேண்டுமானால் இங்கு வரச் சொல். சந்திக்கிறேன். அல்லது எகிப்தில் எங்கேயாவது சந்திக்கலாம். என்னால் சிலிசியாவுக்கெல்லாம் வர இயலாது என்று சொல்லி விடு.'

கிளியோபாட்ராவும் தன் அகம்பாவத்தைக் கொஞ்சம்கூட விட்டுக் கொடுக்கவில்லை. ஆனால் சீஸரின் இறப்புக்குப் பிறகு, ஆதரவு யாருமின்றித் தவித்துக் கொண்டிருந்த அவளுக்கு ஆண்டனியின் அழைப்பு, இனம்புரியாத மகிழ்ச்சியைக் கொடுத்தது. அன்றைய உலகின் வலிமை வாய்ந்த தளபதியான ஆண்டனி அவளைச் சந்திக்க விரும்புவதைக் கௌரவமாகக் கருதினாள்.

அத்தனை நாள்கள் சற்றே அயர்ச்சியுடன் கிடந்த அலெக்ஸாண்ட்ரியா அரண்மனை மீண்டும் புத்துயிர் பெற்றது. தவிர, கி.மு. 44 ஜூலையிலேயே அங்கே ஒரு பெரிய மாற்றமும் நிகழ்ந்திருந்தது. அரசராகப் பெயரளவுக்கு வைக்கப்பட்டிருந்த பதினான்காம் தால்மி கொல்லப்பட்டார். அவருக்கு கிளியோபாட்ராதான் விஷம் கொடுத்துக் கொல்லச் சொன்னதாக சர்ச்சை உண்டு. அதே ஆண்டு செப்டெம்பர் 2 அன்று, பதினைந்தாம் தால்மியாக, சீஸரியன் எகிப்தின் அரசர் ஆக்கப்பட்டார். கிளியோபாட்ரா, மகனோடு சேர்ந்து எகிப்தை ஆள ஆரம்பித்திருந்தாள்.

●

ஆண்டனியைச் சந்திக்கச் செல்வதற்கான பயண ஏற்பாடுகள் மடமடவென நடந்தன. ஆண்டனியைச் சந்திக்கும்போது எப்படி அவரை அசரவைக்கலாம் என்று கிளியோபாட்ரா, தன் அந்தப்புரத் தோழிகளுடன் உட்கார்ந்து ஆலோசனை நடத்தினாள். புதிய உடைகள், புதிய நகைகள், புதிய அழகு சாதனப் பொருள்கள், புதிய அலங்காரப் பொருள்கள். பார்த்துப் பார்த்து ஏற்பாடு செய்தாள். அவள் பயணம் செய்யவிருந்த கப்பல்கூட அதிநவீன வசதிகளுடன் ஆடம்பரமாக உருவாகிக் கொண்டு இருந்தது.

'உடனே சந்திக்க வரவும். என்னால் அதிகக் காலம் காத்திருக்க முடியாது. விளைவுகளைச் சந்திக்க வேண்டியதிருக்கும்' என்ற ரீதியில் ஆண்டனியிடமிருந்து செய்திகளும் கட்டளைகளும் வந்த வண்ணம் இருந்தன. கிளியோபாட்ரா அதற்கெல்லாம் பதில் சொல்லவில்லை. ஆண்டனியைக் கொஞ்சம் அலைய வைக்கலாம் என்ற எண்ணம்தான்.

ஒருவழியாக கிளியோபாட்ரா அலெக்ஸாண்ட்ரியாவிலிருந்து கிளம்பினாள். மத்திய தரைக்கடலைக் கடந்து சைட்னஸ் (Cydnus) நதியின் முகத்துவாரத்தை அடைந்தாள். அந்த நதிக் கரையில்தான் சிலிசியாவின் ஒரு நகரமான தார்ஸஸ் உள்ளது. ஆண்டனி அங்குதான் இருந்தார்.

தார்ஸஸ் மக்கள் வாய்பிளந்து நின்றார்கள். நதியின் கரையில் கூட்டம் கூடிக் கொண்டேபோனது. தங்க முலாம் பூசப்பட்டு மினுமினுக்கும் கப்பல். முன்னும் பின்னும் அசையும் துடுப்புகளில்கூட ஜொலிஜொலிப்பு. கத்தரிப்பூ நிறத்தில் கவர்ந்து

இழுக்கும் பாய்மரத் துணிகள். கப்பலின் வளைவுகள், முனைகளில் எல்லாம் வெள்ளி. எகிப்தின் கலாசாரத்தைப் பிரதிபலிக்கும் அலங்காரங்கள். எகிப்திய இசை காற்றில் கலக்க, கப்பல் மிதந்து மிதந்து கரையை நெருங்கியது.

கப்பலில் மேல்தளத்தில் தேவதைகளின் உடையில் ஆங்காங்கே திரிந்த அழகுப் பெண்களில் கைகளில் அலங்காரக் கூடைகள். அது நிறைய தங்க, வெள்ளிக் காசுகள். சிரித்துச் சிணுங்கியபடி அவற்றை நீரில் தூவியபடி வந்தனர். அவற்றைப் பொறுக்க, தார்ஸஸ் மக்கள் போட்டி போட்டுக் கொண்டு நீருக்குள் குதித்தனர். கப்பலில் மேல்தளத்தில் அலங்காரப் பந்தல் ஒன்று போடப்பட்டிருந்தது. அது துணியால் மூடப்பட்டிருந்தது. கரைக்கு வந்ததும் பணிப்பெண்கள் அந்தத் துணியை விலக்கினார்கள். உள்ளே கண்ணைப் பறிக்கும் வெள்ளை நிற உடையில், ரோமானியர்களின் வணங்கும் அழகான பெண் கடவுளான வீனஸின் உருவத்தில் கிளியோபாட்ரா நின்று கொண்டிருந்தாள்.

கரையிலிருந்த மக்களெல்லாம் அப்படியே அடிபணிந்தனர். தார்ஸஸ் நகருக்குள் செய்தி பரவியது. 'ஏதோ அதிசயமான கப்பல் ஒன்று நதிக்கரைக்கு வந்திருக்கிறது.' ஆண்டனி அப்போது பொது இடமொன்றில் மக்களிடையே உரையாற்றிக் கொண்டிருந்தார். செய்தி கேள்விப்பட்ட மக்கள், நதிக்கரைக்கு ஓட ஆரம்பித்தார்கள். 'எகிப்து அரசி கிளியோபாட்ரா வந்திருக்கிறார்' என்ற செய்தி ஆண்டனிக்கு விரைவிலேயே தெரிய வந்தது.

உடனே தன் துணைத் தளபதி ஒருவரை கிளியோபாட்ராவிடம் அனுப்பினார். 'தார்ஸஸ் நகரத்துக்கு வரவேற்கிறோம். ஆண்டனி, இரவு விருந்துக்கு உங்களை அன்புடன் அழைக்கிறார்.'

'நான் தார்ஸஸ் நகரத்துக்குள் கால்பதிப்பதாக இல்லை. வேண்டுமென்றால் எகிப்தாகவே காட்சியளிக்கும் இந்தக் கப்பலுக்கு அவரை வரச் சொல்லுங்கள். இன்று இரவு அல்லது நாளை இரவு விருந்துக்கு. அவர் வசதிப்படி வரட்டும்.'

கிளியோபாட்ராவின் பதில் ஆண்டனிக்குக் கிடைத்தது. நகரெங்கும் கிளியோபாட்ராவின் அழகு பற்றிய பேச்சுதான். அவரால் அதற்குமேலும் பொறுமையாக இருக்க முடியவில்லை. அன்று இரவே ஆண்டனி, கிளியோபாட்ராவின்

கப்பலுக்குச் சென்றார். இரவு விருந்துக்காகவே, கப்பலில் அலங்காரங்கள் அனைத்தும் மாற்றியமைக்கப்பட்டிருந்தன. மரியாதையான வரவேற்பு. கிளியோபாட்ராவும் முன் வந்து வரவேற்றாள். அவளைக் கண்ட சில நொடிகள் வார்த்தை களின்றித் தவித்தார் ஆண்டனி.

பார்த்து மூன்று வருடங்கள் ஆகிவிட்டன. அதைவிட இப்போது இன்னும் அழகாயிருக்கிறாளே! உள்ளுக்குள் மயங்கியிருந்தார். வெளியில் தெரியாதபடி சமாளித்தார். ஆயிரம்தான் இருந்தாலும் அவள் சீஸருக்குரியவளாக இருந்தவள்தானே. தன் குருவான சீஸருக்குத் துரோகம் இழைக்க முடியுமா. ஆண்டனியின் தவிப்பை கிளியோபாட்ரா மௌனமாக ரசித்துக் கொண்டிருந்தாள்.

ஆடல், பாடல், கேளிக்கைகளுடன் உணவும் மதுவும் பரிமாறப் பட்டுக் கொண்டிருந்தன. வழக்கமான விலங்குகள், பறவைகள் கறியுடன் அன்றைய சிறப்பு உணவாக மயில் கறி. 'இப்படி ஒரு விருந்தை நான் எதிர்பார்க்கவில்லை.' ஆண்டனி வியந்தார்.

'கப்பலில் இவ்வளவுதான் செய்ய முடிந்தது.' கிளியோபாட்ரா தன்னை விட்டுக் கொடுக்கவில்லை.

உணர்வுகளைத் தூண்டும் வகையில் நடனங்கள் ஆரம்பமாயின. நடன மங்கைகள் ஆண்டனியை மதுவில் குளிப்பாட்டினார்கள். மதுவின் போதை, அதைவிட அதிகம் போதையூட்டும் கிளியோ பாட்ராவின் அருகாமை. ஆண்டனி தவித்துக் கொண்டிருந்தார். கிளியோபாட்ரா. எந்தவிதச் சலனத்தையும் வெளிக்காட்டாமல் அமைதியாக ஆண்டனியை ரசித்துக் கொண்டிருந்தாள். அவளது பார்வை சொல்லும் விஷயத்தைப் புரிந்துகொள்ள முடியாமல் தவித்தார்.

சட்டென அங்கிருந்து எழுந்த கிளியோபாட்ரா, ஆண்டனியிடம் எதுவும் சொல்லாமல் கப்பலில் தன் அறை நோக்கிச் சென்றாள். ஆண்டனியும் யோசிக்கவில்லை, அவளைப் பின் தொடர ஆரம்பித்தார்.

மஞ்சம். கிளியோபாட்ரா ஒய்யாரமாகப் படுத்திருக்க, ஆண்டனி அருகில் வராமல் தூரத்திலிருந்தே பேச ஆரம்பித்தார், தடு மாற்றத்துடன். 'பல விஷயங்கள் பேச நினைக்கிறேன். பேச லாமா, வேண்டாமா என்றுதான் புரியவில்லை.'

‘நானும் உங்களிடம் சொல்ல விஷயங்கள் நிறைய இருக்கிறது ஆண்டனி.’ கிளியோபாட்ராவின் குரலில் தீர்க்கம்.

‘சீஸரை இன்னும் நினைவில் வைத்திருக்கிறாயா?’

கிளியோபாட்ரா தன் வசமிருந்த ஒரு காசுமாலையைத் தூக்கி ஆண்டனிமேல் வீசினாள். அதிலிருந்த அத்தனைத் தங்கக் காசுகளிலும் சீஸரின் உருவம். ஆண்டனியின் கண்களில் கோபம்.

‘சீஸர். சீஸர். சீஸர். சீஸரைப் போல் ஒருவர் இல்லை. அவரைப் போல் எதையும் சிறப்பாகச் செய்தவர் எவரும் இல்லை. உன்னைக் காதலித்ததில்கூட.’ கொஞ்சம் நேரம் பேசாமலிருந்த ஆண்டனி திடீரென ஆவேசமானார். ‘நான், மார்க் ஆண்டனி. சிறந்த தளபதி, சிறந்த தளபதி, ரோம் சாம்ராஜ்ஜியத்தின் மூன்றில் ஒரு பகுதிக்குத் தலைவன். இருந்தும் சீஸரின் நிழல் என்னை விடாமல் துரத்துகிறது. நீ கூட.’

கிளியோபாட்ரா, ஆண்டனியின் அருகில் வந்தாள். மெள்ள அவரது தோள்களைப் பற்றினாள். ‘எனக்கு அப்போது பதினைந்து வயதிருக்கும். என் தந்தை தால்மிக்கு உதவுவதற்காக ரோமானியப் படை அலெக்ஸாண்ட்ரியா வந்தது. எத்தனையோ ரோமானிய வீரர்கள் வந்திருந்தாலும் மக்களெல்லாம் ஒரே ஒரு ரோமானிய வீரனைப் பற்றி மட்டும் பேசிக் கொண்டே இருந்தார்கள். நானும் அவரைத்தான் ரசித்துக் கொண்டிருந்தேன். உள்ளுக்குள்ளேயே காதலிக்க ஆரம்பித்திருந்தேன். அவர் பெயர், மார்க் ஆண்டனி.’

ஆண்டனி, கிளியோபாட்ராவை இறுக அணைத்தார். அவர்கள் உதடுகளுக்கிடையில் இடைவெளி இல்லை.

‘இனி நமக்கிடையில் சீஸரின் நிழல் விழ வேண்டாம்’ - கிளியோபாட்ரா சரணடைந்தாள்.

‘இந்த இரவு நமக்கான ஆரம்பம்’ - ஆண்டனி தொலைந்து போய்க் கொண்டிருந்தார்.

•

தார்ஸஸில் கிளியோபாட்ரா மேலும் சில நாள்கள் தங்கியிருந்தாள். கப்பலைவிட்டு இறங்கி அங்கே முகாம் அமைத்திருந்தாள். ஆண்டனி, அவளை விட்டு நகரவில்லை. தினமும் இரவு

விருந்து களை கட்டியது. ஒருநாள் ஆண்டனி படையிலுள்ள முக்கியஸ்தர்களுக்கெல்லாம் விருந்து வைத்தாள். அதன் முடிவில் விருந்தில் பயன்படுத்தப்பட்ட தங்க, வெள்ளிப் பாத்திரங்கள், தட்டுகளை எல்லாம் விருந்தினர்களுக்கே பரிசாகக் கொடுத்து அசத்தினாள்.

இரவில் மஞ்சம்.

'எனக்கு நீங்கள் செய்ய வேண்டிய உதவி ஒன்று இருக்கிறது.' கிளியோபாட்ரா, ஆண்டனியின் மார்பில் சாய்ந்திருந்தாள்.

'காத்திருக்கிறேன்.'

'என் தங்கை அர்சினோ...'

'அவள்தான் ஒதுங்கிவிட்டாளே.'

'ஆனால் இன்னும் உயிரோடுதானே இருக்கிறாள்.'

ஆண்டனிக்குப் புரிந்தது. அர்சினோவைக் கொல்ல, அவள் தஞ்சமடைந்திருந்த எபெஸஸ் நகரத்துக்குத் தனிப்படை ஒன்று புறப்பட்டது. 'எபெஸஸ் நகரில் அந்தக் கோயில் வாசலில் அர்சினோவின் தலை உருள வேண்டும்' என்பது ஆண்டனியின் கட்டளை. அவளை அங்கு கண்டார்கள். ரோமானியர்களைப் பார்த்த அர்சினோ* மிரண்டு ஓடினாள். விரட்டினார்கள். அங்கிருந்த மதகுரு அர்சினோவை விட்டுவிடும்படி கெஞ்சினார், போராடினார்.

கிளியோபாட்ராவின் ஆசை நிறைவேற்றப்பட்டது.

•

கிளியோபாட்ராவும் ஆண்டனியும் இணைந்த விஷயம் ரோமில் பரவியது.

'ஓஹோ, இன்னொரு சீஸர் உருவாகிவிட்டார்.'

'இல்லையில்லை, கிளியோபாட்ராவுக்கு இன்னொரு சீஸர் கிடைத்துவிட்டார்.'

'பெண் பித்துப் பிடித்து அலைவது என்பது ஆண்டனிக்கு ஒன்றும் புதிதில்லையே.'

செனட்டில் ஆக்டேவியஸும் அவரது ஆதரவாளர்களும் ஆண்டனியைக் கடுமையாக விமர்சித்தனர். ஆண்டனி ஆதரவாளர்கள் வாய் திறக்க இயலாமல் அவமானப்பட்டனர். ஆண்டனிக்கு ரோமில் இருந்து அழைப்பு மேல் அழைப்புகளாக வந்துகொண்டே இருந்தன. மனைவி ஃபல்வியாவும் செய்திகள் அனுப்ப ஆரம்பித்திருந்தாள். ஆனால் ஆண்டனியால் இரவில் மட்டுமல்ல, பகலில்கூட கிளியோபாட்ராவிடமிருந்து பிரிய முடியவில்லை. தார்ஸஸ் நகரத்திலிருந்து டைர்* நகரத்துக்கு வந்திருந்தார். கிளியோபாட்ராவையும் அழைத்துக் கொண்டுதான்.

ரோமில் நிலைமை மிகவும் மோசமாகிவிட்டது என்பதால் ஒருமுறை அங்கே சென்றுவிட்டு வரலாம் என்று உடனிருந்தவர்கள் கடும் நெருக்கடி கொடுத்தார்கள். வேறு வழியின்றி ஆண்டனி சம்மதித்திருந்தார். டைரிலிருந்து ஆண்டனி ரோமுக்கும், கிளியோபாட்ரா அலெக்ஸாண்ட்ரியாவுக்கும் திரும்புவதாகத் திட்டம். இதுகூட ஆண்டனியின் திட்டம் மட்டுமே. கிளியோபாட்ராவுக்கு அதில் உடன்பாடு இல்லை.

இருவரும் கிளம்பும் நாள் வந்தது. ஆண்டனி, கிளியோபாட்ராவிடம் விடைபெற வந்தார். கண்ணீர், ஆயுதமாக கிளியோபாட்ராவின் கண்களில் திரண்டிருந்தது. கடமைகளை முடித்துவிட்டு ஓடோடி வந்துவிடுகிறேன் என்று ஆண்டனி சொன்ன சமாதானங்கள் அனைத்துமே அந்தக் கண்ணீரில் கரைந்து போயின.

'நிஜமாகவே சொல்லுங்கள். என்னைப் பிரிந்து எத்தனை மணித் துளிகள் உங்களால் நிம்மதியாக இருக்க முடியும்?' - மார்பில் சாய்ந்தபடி கிளியோபாட்ரா கேட்ட கேள்விக்கு ஆண்டனியால் பதில் சொல்ல முடியவில்லை. அணைப்பு இறுகியது.

கப்பலில் ஏறத் தயாராக இருந்த ரோமானியர்கள், நேரம் ஆக ஆக வெறுத்துப் போனார்கள். ஒருவழியாக ஆண்டனி வந்தார், கிளியோபாட்ராவோடு. எல்லோரையும் கப்பலில் ஏறச் சொன்னார். 'அலெக்ஸாண்ட்ரியாவுக்குப் போகலாம்' என்றார். ரோமானியர்கள் முகமெல்லாம் வாடிப்போக, அவர் மட்டும் முகம் மலர கிளியோபாட்ராவின் கப்பலில் ஏறினார்.

---

* Tyre மத்திய தரைக்கடலில் அமைந்துள்ள, தெற்கு லெபனானில் அமைந்துள்ள ஒரு நகரம்.

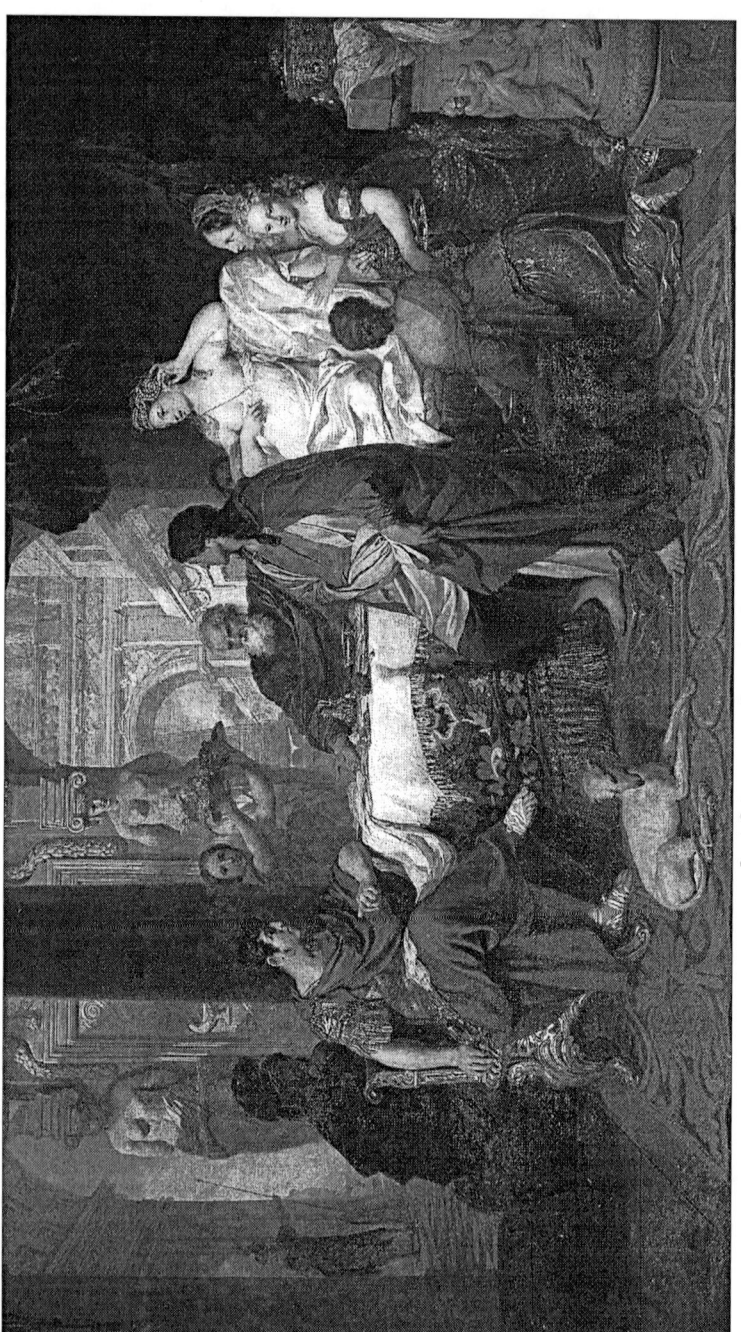

விருந்தில் ஆண்டனியும் கிளியோபாட்ராவும்

அலெக்ஸாண்ட்ரியாவில் குளிர்காலத்தைக் கழித்துவிட்டு பின் ரோமுக்குத் திரும்பிவிடலாம் என்று ஆண்டனி தன் சகாக்களைச் சமாளித்தார். ஆனால் காலம் முழுக்க அவர் அங்கேயேதான் கட்டுண்டு கிடப்பார் என்பதை எல்லோரும் புரிந்துகொண் டார்கள். கிளியோபாட்ராவின் அந்தப்புரத்திலிருந்து ஆண்டனி வெளியே வருவது என்பதே அரிதாகிப் போனது. அப்படியே வந்தாலும் கிளியோபாட்ராவுடன் மட்டுமே தரிசனம் தந்தார். அவருக்கு ஏதாவது அவசரச் செய்திகள் சொல்ல வேண்டு மென்றால்கூட அந்தப்புரத்துக்குத் தேடிச் சென்று அங்குள்ள பணியாளர்கள் மூலமாகத்தான் சொல்ல வேண்டியதிருந்தது. வருகின்ற செய்தி வழியாக அவசரமாகச் செய்யவேண்டிய பணி ஏதாவது தெரியவந்தால்கூட ஆண்டனி கண்டுகொள்ளவில்லை. கிளியோபாட்ராவின் விரல்களுக்கு சொடுக்கு எடுப்பதில் ஆர்வம் செலுத்தினார்.

ஆண்டனிக்குத் தன்னைத் தவிர வேறெதிலும் நினைப்பு சென்று விடக்கூடாது என்பதில் கிளியோபாட்ரா கவனமாக இருந்தாள். அதற்காகவே எந்நேரமும் ஆண்டனி உடனேயே இருந்தாள். இசை, நடனம், நாடகம், கேளிக்கை, உல்லாசம், விருந்து, மது, மஞ்சம்.

அரண்மனை சமையல்கூடத்தில் நெருப்பு அணையவே இல்லை. அடிக்கடி விருந்து. நேரம் காலமெல்லாம் கிடையாது. காட்டுப் பன்றியோ, கலைமானோ, காளை மாடோ ஏதோ ஒன்று எந்நேரமும் நெருப்பில் வாட்டப்பட்டுக் கொண்டிருந்தது. அரசியிடமிருந்து எப்போது என்ன கட்டளை வரும் என்றே தெரியாது. மதிய உணவுக்கு சிறப்பு உணவாக முயல்கறி தேவை என்று சொல்வார்கள். பிற விலங்குகள், பறவைகளோடு முயல்களும் உணவு மேசையில் காத்திருக்கும். ஆண்டனிக்கு அப்போது சாப்பிடும் விருப்பம் இருந்திருக்காது. மாலை உணவருந்தலாம் என்பார். மேசையிலுள்ள உணவுகள் அகற்றப் படும். மாலை சமையலுக்கு வேறு மெனு. புதிய சமையல்.

சில நேரங்களில் போதை தலைக்கேறும் வேளையில் ஆண் டனியைக் கட்டுப்படுத்தவே இயலாது. அங்குமிங்கும் ஓடுவார், ஆடுவார், சத்தம் போட்டு சிரித்துக் கொண்டே இருப்பார். அந்தப்புரப் பெண்களிடமும், அடிமைகளிடமும் வம்பிழுத்து விளையாடுவார். நள்ளிரவில் ஓர் அடிமைபோல உடையணிந்து

கொள்வார். அரண்மனையை விட்டு வெளியே வருவார். கண்ணில் தென்படும் சக குடிகாரர்களிடம், பொதுமக்களிடம் வம்பிழுக்க ஆரம்பிப்பார். அது அவருக்குப் பிடித்த பொழுது போக்கு.

நாளடைவில் கிளியோபாட்ராவும் சாதாரணப் பெண்போல உடையணிந்து கொண்டு ஆண்டனியுடன் இரவில் நகரை போதையோடு வலம் வர ஆரம்பித்தாள். அவளிடம் தன் கதாநாயகத் தனத்தைக் காண்பிப்பதற்காகவே வருவோர், போவோரையெல்லாம் அடித்து உதைத்தார். இம்மாதிரி சமயங்களில் ஆண்டனியை ஆபத்திலிருந்து காப்பாற்றுவதற்காகவே மாறுவேடத்தில் எகிப்திய வீரர்களும் உடன் வர ஆரம்பித்தார்கள். நள்ளிரவில் ஆண்டனியும் கிளியோபாட்ராவும் தெருவில் அடிக்கும் கூத்துகள் குறித்து பல கதைகள் அலெக்ஸாண்ட்ரியா மக்களிடம் பரவின. அதை வேடிக்கை பார்க்கவென்று கூட்டமும் கூட ஆரம்பித்தது. இருந்தும் அவர்கள் தம் கூத்துகளைக் குறைத்துக் கொள்ளவில்லை.

அரண்மனை, அலெக்ஸாண்ட்ரியா என அதே இடங்களில் காதல் செய்து கொண்டிருந்தால் சலிப்பு வந்துவிடக்கூடாதே. அவ்வப்போது நைல் நதிக்குச் சென்று ஆண்டனியுடன் படகேறி விடுவாள். கிளியோபாட்ராவின் படகு என்றால் கேட்க வேண்டுமா. சர்வ உல்லாசங்களும் நிறைந்த காதல் படகு. ஏதாவது ஓரிடத்தில் போய் இறங்குவார்கள். அங்கேயே சில நாள்கள் முகாமிட்டுத் தங்குவார்கள். இன்ப வைபவம்.

ஒருமுறை நைல் நதியில் ஆண்டனி மீன்பிடித்துக் கொண்டிருந்தார். அருகிலேயே கிளியோபாட்ராவும். இருவரில் யார் அதிகம் மீன்கள் பிடிக்கிறார்கள் என்று போட்டி. கிளியோபாட்ராவின் தூண்டிலில் ஓரளவு மீன்கள் சிக்கின. ஆண்டனியின் தூண்டில் தூங்கிக் கொண்டிருந்தது. 'எனக்கு இன்று அதிர்ஷ்டமில்லை' - அவரது முகம் சற்றே வாடுவதை அறிந்த கிளியோபாட்ரா, ரகசியமாக ஏற்பாடு ஒன்றைச் செய்தாள்.

அருகிலிருந்த சில மீனவர்களுக்குத் தகவல் போனது. அவர்கள் சத்தமில்லாமல் நதிக்குள் குதித்தார்கள். அவர்கள் கை நிறைய புதிதாகப் பிடிக்கப்பட்ட மீன்கள். ஆண்டனியின் தூண்டிலைத் தேடிக் கண்டுபிடித்து அதில் மீன்களைச் செருகினார்கள். ஆண்டனி உற்சாகமானார். அவர் பிடித்த மீன்களின் எண்ணிக்கை அதிகரித்துக் கொண்டே போனது. வெற்றி பெற்ற குஷியில்

கிளியோபாட்ராவை அள்ளி அணைத்தார். அவரை ஜெயிக்க வைத்த குஷி அவளுக்கும்.

மறுநாளும் மீன்பிடித்தார்கள். அன்று கிளியோபாட்ரா வேறு ஏற்பாடு செய்திருந்தாள். உப்புக் கண்டம்போட்டு, காய வைக்கப்பட்ட மீன்கள், ஆண்டனியின் தூண்டிலில் சிக்கின. அவருக்கு ஒன்றும் புரியவில்லை. தொடர்ந்து அப்படியே கிடைக்கவும், கிளியோபாட்ராவைச் சந்தேகமாகப் பார்த்தார். அவள் வெடித்துச் சிரிக்க ஆரம்பித்தாள். கூடியிருந்த அனை வருமே சிரித்தார்கள். அசடு வழிய அவரும் மகிழ்ச்சியில் கலந்து கொண்டார்.

கிளியோபாட்ராவும் எகிப்தின் நலன் பற்றிக் கொஞ்சம்கூட சிந்திக்கவே இல்லை. நைல் நதி வளமாகக் கொட்டிக் கொடுக் கிறது. இதையெல்லாம் அனுபவிக்கும் உரிமை என்னைத் தவிர வேறு யாருக்கு உண்டு.

•

ஆண்டனியின் மனைவி ஃபல்வியா முற்றிலும் பொறுமை இழந்திருந்தாள். ரோமில் தனக்கிருந்த அரசியல் பலத்தால் வெவ்வேறு விதங்களில் ஆண்டனியை வரச் சொல்லிப் பார்த்தாள். ஆண்டனி ஆதரவு செனட் உறுப்பினர்கள் வழியாக அழுத்தம் கொடுத்துப் பார்த்தாள். மிரட்டல் செய்திகளும் விடுத்துப் பார்த்தாள். எதற்கும் ஆண்டனி அசைந்து கொடுப்ப தாகத் தெரியவில்லை.

ரோமில் ஆண்டனி இல்லாத நிலையில், ஃபல்வியா அவரது பிரதிநிதி போல, தானே உரிமையைக் கையில் எடுத்துக் கொண்டும் செயல்பட்டாள். ஃபல்வியாவுக்கும் அவரது இரண்டாவது கணவருக்கும் பிறந்த மகளான க்ளோடியாவைத் தான் ஆக்டேவியஸ் திருமணம் செய்திருந்தார். தன் மாமியாராக, ஆண்டனியின் மனைவியாக இறுமாப்புடன் திரிந்துகொண்டு இருந்த ஃபல்வியாவை அடக்க நினைத்த ஆக்டேவியஸ், க்ளோடியாவை விவாகரத்து செய்தார். ஃபல்வியா, ஆக்டே வியஸுக்கு இடையேயான முதல் உரசல் ஆரம்பமானது.

இத்தாலியில் நிலங்களைப் பகிர்ந்து கொள்ளும் சட்டப் பிரச்னை ஒன்றில் ஆண்டனி இல்லாத நிலையில் ஆக்டேவியஸ் அத்துமீறி

நடப்பதாக ஃபல்வியா சந்தேகப்பட்டாள். பிரச்னையைக் கிளப்பினாள். தன் சகோதரன் லூசியஸ் உடன் இணைந்து ஆக்டேவியஸுக்கு எதிராகப் படை திரட்டினாள். ஆண்டனியின் உரிமைகளை மீட்பதற்காக இந்தப் போர் என்றும் அறிவித்தாள். இப்படிப்பட்டதொரு சூழ்நிலையில் ஆண்டனி நிச்சயம் திரும்பி வரத்தான் வேண்டும் என்பது அவளது கணக்கு.

இந்தச் செய்தியைக் கேள்விப்பட்ட ஆண்டனி ஆடித்தான் போனார்.

அதே சமயத்தில் ஆண்டனியின் ஆட்சிப் பகுதியான ஆசியா மைனரில் பிரச்னைக்கு மேல் பிரச்னை. ரோமின் எதிரிகள் தலை தூக்கியிருந்தார்கள். உடனே ஆண்டனி படைகளோடு சென்று எதிரிகளை அடக்க வேண்டிய நிர்பந்தம். இதுதான் கடைசி எச்சரிக்கை. இதற்கு மேலும் அலெக்ஸாண்ட்ரியாவிலிருந்து கிளம்பாவிட்டால் எல்லாம் கைவிட்டுப் போய்விடும் என்று சகாக்கள் ஆண்டனியிடம் கடும்கோபம் கொண்டு பேசினார்கள்.

புத்திக்குள் எச்சரிக்கை மணி இடைவிடாது ஒலிக்க, ஆண்டனியின் கிளியோபாட்ரா மயக்கம் சற்றே தெளிந்தது. இந்த முறையும் அவள் கண்ணீரால் அணை போட்டாள். ஆண்டனி ஒருவழியாக நீந்திக் கடந்து வெளியே வந்தார். கப்பலேறினார். டைர் சென்று இறங்கினார். எங்கே செல்வது, ரோமுக்கா? ஆசியா மைனருக்கா?

ஆசியா மைனர்தான் சென்றார். இத்தாலியின் மையத்தில் அமைந்துள்ள பெருசியா நகரத்தில் ஆக்டேவியஸின் படைகளும், கட்டுக்கோப்பே இல்லாத லூசியஸ், ஃபல்வியா கூட்டணிப் படைகளும் மோதிக் கொண்டன (கி.மு. 41). லூசியஸ், ஆண்டனியைப் படைகளோடு உடனே வரச் சொல்லி செய்தி அனுப்பினார். அது ஆண்டனியைச் சென்றடையவில்லை. இந்த பெருசியா போரில் ஆக்டேவியஸின் படைகள் ஆரம்பம் முதலே ஆதிக்கம் செலுத்தின. அவரது வீரர்கள் உண்டிவில் கொண்டு ஃபல்வியாவைத் தாக்கினர். தவிர, அவளை மானபங்கப் படுத்தும் விதமான சொற்களோடு பிரசுரம் ஒன்று அங்கே விநியோகிப்பட்டது. படைகள் சிதறடிக்கப்பட, லூசியஸ் சரணடைந்தார். ஃபல்வியா தன் குழந்தைகளோடு கிரீஸுக்குத் தப்பி ஓடினாள் (பிப்ரவரி, கி.மு. 40).

நடந்த விஷயங்கள் எல்லாம் ஆண்டனிக்கு மெதுவாகத்தான் தெரிய வந்தன. ஃபல்வியாவின் நடவடிக்கைகள் அவருக்கு வெறுப்பைக் கொடுத்திருந்தன. பிறகு அவர்கள் இருவரும் ஏதென்ஸில் சந்தித்தார்கள். அவள் உடைந்து போயிருந்தாள். நோய்வாய்ப்பட்டு நலிந்தும் போயிருந்தாள். ஆண்டனி அவள் மேல் கொஞ்சம்கூட இரக்கம் காட்டவில்லை. கடுமையாகப் பேசிவிட்டு, கண்டுகொள்ளாமல் கிளம்பிவிட்டார்.

சீக்கிரத்தில், ஃபல்வியா இறந்துபோனாள்.

8. மயக்கம்

ஆக்டேவியா மைனர். ஆக்டேவியஸின் அழகுத் தங்கை. அன்பானவள். மென்மையானவள். தன் சகோதரன் மேல் அளவில்லாத பாசம் வைத்திருந் தாள். அவளது கணவனான மார்செலஸ் அப்போது தான் (கி.மு. 40) இறந்து போயிருந்தார். ஆக்டே வியஸுக்குப் பெரும் வருத்தம்.

அப்போதைய ரோமானிய சட்டங்களின்படி விதவைப் பெண், மறுமணம் செய்வதாக இருந்தால் கணவன் இறந்து பத்து மாதங்கள் வரை பொறுத் திருக்க வேண்டும். ஆக்டேவியஸ், அவளுக்கு அப்போதே மாப்பிள்ளை பார்க்கத் தயாராக இருந்தார். ஆனால் அவளோ, 'நான் யாரையும் மறுமணம் செய்துகொள்வதாக இல்லை' என்று திட்டவட்டமாகக் கூறிவிட்டாள்.

அப்போது ஆக்டேவியஸுக்கு ஒரு யோசனை தோன்றியது. ஃபல்வியாவை இழந்த ஆண்டனியும் மனைவியின்றிதான் இருக்கிறார். அவர் கிளியோ பாட்ராவைத் திருமணம் செய்துகொள்ள ரோமானி யர்கள் ஒருபோதும் ஒப்புக்கொள்ளப் போவ தில்லை. ஆக்டேவியாவை ஆண்டனிக்கு மறு மணம் செய்துவைத்துவிட்டால்?

தானும் ஆண்டனியும் கைகோர்த்தால் ரோமின் பலம் நிச்சயம் பெருகும். தன் தங்கை ஆக்டே வியாவின் அன்பு, ஆண்டனியை நிச்சயம் கிளியோ பாட்ரா மயக்கத்திலிருந்து மீட்கும். தவிர, ஆக்டே வியஸுக்கு அதனால் தனிப்பட்ட அரசியல் லாபங் களும் இருந்தன.

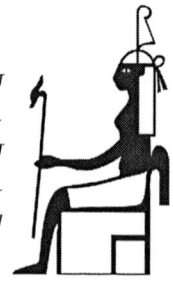

ஆண்டனியும், ரோமானியர்களுக்குத் தன் மீது ஏற்பட்டிருக்கும் அதிருப்தி நீங்க வேண்டும் என்றால் ஆக்டேவியஸுடன் நல்லுறவை ஏற்படுத்திக் கொள்வதுதான் ஒரே வழி என்று எண்ணிக் கொண்டிருந்தார். அந்த நேரத்தில் இந்தத் திருமணப் பேச்சு எழுந்தது. ஆண்டனியின் ஆதரவாளர்கள் அவரைச் சம்மதிக்கச் சொல்லி வற்புறுத்தினார்கள். சம்மதித்து விட்டார். ஆக்டேவியாவையும் சம்மதிக்க வைத்தார்கள்.

ஆனால் ஆக்டேவியாவின் கணவர் இறந்து பத்து மாதங்கள் ஆகாத நிலை. சட்டம் திருமணத்துக்குத் தடையாக இருந்தது. பத்து மாதம் ஆகும் வரை பொறுத்திருக்கலாம்தான். அதற்குள் கிளியோபாட்ராவுக்கு விஷயம் சென்று, அவள் உள்ளே புகுந்து தடுத்துவிட்டால்? இந்தத் திருமணம் நடக்க வேண்டும் என்று மனதார விரும்பிய செனட் உறுப்பினர்கள் கூடிப் பேசினார்கள். சட்டத்தைத் தாற்காலிகமாகத் தளர்த்தினார்கள். திருமணம் இனிதே நடந்தேறியது.

ரோம் சாம்ராஜ்ஜியத்தின் மேற்குப் பகுதியை ஆக்டேவியஸ் ஆட்சி செய்வதென்றும், கிழக்குப் பகுதியை ஆண்டனி ஆட்சி செய்வதென்றும் சுமுகமாகப் பேசிப் பிரித்துக் கொண்டார்கள்.

இத்தனை அழகு நிறைந்த ஒரு பெண்ணிடம், அன்பும் அடக்கமும்கூட இருக்க முடியுமா! ஆண்டனி, தன் புது மனைவி ஆக்டேவியாவைக் கண்டு வியந்து நின்றார். தன் சுயநலத்துக் காகத்தான் அவளைத் திருமணம் செய்தார் என்றாலும், அதற்குப் பின் அவளது நேசத்தில் நெக்குருகிப் போனார். அவளோடு மகிழ்ச்சியாகக் குடும்பம் நடத்த ஆரம்பித்தார். ரோமில் இருந்தபடி பொறுப்புகளைச் செவ்வனே செய்தார். ஏதாவது ராணுவ நடவடிக்கைகளுக்கான வெளியிடம் செல்ல வேண்டியது வந்தாலும், கடமையை விரைவில் முடித்துவிட்டு, ஆக்டேவியாவின் மடியில் தலைசாய்த்துப் படுக்க ஓடோடி வந்தார். ஒரு வருடம் ஓடிப்போனது.

ரோம் மக்களும் ஆண்டனியின் மாற்றங்களை வரவேற்றனர். அவரது கௌரவம் மீண்டும் உயர்ந்திருந்தது. அண்ணன் ஆக்டேவியஸுக்குப் பரம சந்தோஷம். 'நான் நினைத்ததுபோலவே ஆண்டனி கிளியோபாட்ராவின் மயக்கத்திலிருந்து விடுபட்டு விட்டார்.'

அண்ணனுக்கும் கணவனுக்கும் ஏதாவது கருத்து வேறுபாடுகள் எழும் சமயங்களில்கூட, ஆக்டேவியா அதை மோதலாக மாற விடாமல் பார்த்துக் கொண்டாள். என்னதான் இருந்தாலும் ஆண்டனியும் ஆக்டேவியஸும் சம பலம், சம அதிகாரம் கொண்டவர்களல்லவா. உரசல்களைத் தவிர்க்க முடியாதே. அதிகார எல்லைகளைப் பிரிப்பதில் பிரச்னை. வளர்ந்த வாக்கு வாதம், போர் மூண்டுவிடும் என்ற சூழ்நிலையில் கொண்டுவந்து விட்டுவிட்டது.

அப்போது ஆக்டேவியா ஆண்டனியுடன் கிரீஸில் இருந்தாள். ஆக்டேவியஸ் ரோமில்தான் இருந்தார். 'நீங்கள் அனுமதி கொடுத்தீர்கள் என்றால் நான் ரோமுக்குச் சென்று ஆக்டே வியஸிடம் பேசிப் பார்க்கிறேன். உங்கள் தரப்பிலுள்ள நியாயங் களை எடுத்துச் சொல்கிறேன்.' ஆக்டேவியா, ஆண்டனியிடம் கெஞ்சினாள். ஆண்டனி அனுமதி கொடுத்தார்.

ரோம். கண்ணீர் மல்க தன் தங்கை பேச ஆரம்பித்த உடனேயே ஆக்டேவியஸ் உருகிவிட்டார். 'உலகின் மிகவும் அதிர்ஷ்டகர மான பெண் என்று என்னைச் சொல்லவா அல்லது துரதிர்ஷ்டம் நிறைந்தவள் என்று சொல்லவா? உலகின் கண்கள் இரண்டும் என்னிடம்தான் உள்ளன. உலகின் தலையெழுத்தை நிர்ணயிக் கும் இரண்டு மாவீரர்களுக்கும் நான் நெருங்கியவர். ஒருவர் என் அண்ணன், இன்னொருவர் என் கணவர். இந்த இரு சக்திகளுமே மோதிக் கொண்டால் என் நிலை என்ன ஆவது? யாருடைய வெற்றி எனக்கு மகிழ்ச்சி கொடுக்கும்? இருவருமே எனக்கு முக்கியம்தானே? இப்படிப்பட்ட ஒரு துன்பம் யாருக்குமே வாய்த்திருக்காது.'

ஆக்டேவியஸ் தன் தங்கைக்காக விட்டுக் கொடுக்கத் தயாராக இருந்தார். ஆண்டனியுடன் சமரசப் பேச்சு வார்த்தை நடத்த ஒப்புக் கொண்டார்.

இருவரும் ஒரு நதியருகே வந்தார்கள். ஒரு கரையில் ஆண்டனி, மறு கரையில் ஆக்டேவியஸ். பாதுகாவலர்களைக் கரையில் விட்டுவிட்டு, இருவர் மட்டும் நதியின் நடுவில் படகில் சந்தித் தார்கள். விட்டுக் கொடுத்துப் பேசினார்கள். வேறுபாடுகள் களையப்பட்டன. மகிழ்ச்சி.

எல்லாம் தாற்காலிகம்தான். மீண்டும் ஆண்டனிக்கும் ஆக்டே வியஸுக்குமிடையே உரசல்கள் தொடர்ந்தன. ஆக்டேவியா

தான் சிக்கித் தவித்தாள். ஒரு கட்டத்துக்கு மேல் பொறுமை இழந்த ஆண்டனி, ஆக்டேவியாவின் கண்ணீரில் சலித்துப் போனார். அவர் நினைவினில், கிளியோபாட்ராவின் கண்ணீர் மீண்டும் பெருக்கெடுத்து ஓட ஆரம்பித்தது.

●

ஆக்டேவியா செய்திக்காகக் காத்திருந்தாள். ஆண்டனி அவளை ரோமில் விட்டுவிட்டுக் கிளம்பியிருந்தார். கிழக்கில் ராஜ்ஜிய வேலைகளுக்காகச் சென்றிருப்பார் என்று நம்பி, மனத்தைத் தேற்றிக் கொண்டிருந்தாள். ஆனால் வந்த செய்தி அவள் நெஞ்சை வெடிக்க வைத்தது.

'ஆண்டனி அலெக்ஸாண்ட்ரியாவில் இருக்கிறார்.'

ஆக்டேவியஸின் கோபத்தை யாராலும் கட்டுப்படுத்த இயல வில்லை. செனட்டில் ஆண்டனி மீதான குற்றச்சாட்டுகளைக் கொட்டித் தீர்த்தார். செனட் உறுப்பினர்களும் ஆண்டனியையும் கிளியோபாட்ராவையும் காரசாரமாக விமர்சித்தனர். ரோமில் தெருமுனை நாடகங்களில் ஆண்டனி - கிளியோபாட்ராதான் கேலிப் பொருளாக வலம் வந்தனர். ரோம் மக்கள் மனத்தில் ஆண்டனி மீதான வெறுப்பு மாற்றவே இயலாத அளவுக்குப் பெருகியிருந்தது.

●

பிரிந்தவர் ஒன்று கூடினால்?

காதலி கிளியோபாட்ராவின் ஊடல்தான் முதலில் ஆதிக்கம் செலுத்தியது. காதலன் ஆண்டனி, அவள் முன் சரணடைந்து விட்டார். தன் தவறுகளை எல்லாம் மன்னிக்கும்படி கெஞ்சி னார். கிளியோபாட்ராவாலும் அதற்குமேல் காதலைக் கட்டுப் பாட்டில் வைக்க இயலவில்லை. இணைந்தார்கள்.

பெரும் பிரிவுக்குப் பிறகு கூடியதால் இந்த முறை பிணைப்பு மேலும் பலமாகியிருந்தது. அதே சமயத்தில் ஆண்டனி கொஞ்சம் பொறுப்புடனும் நடந்துகொள்ள முயற்சி செய்தார். ஆசியாவில் சில இடங்களில் ராணுவ நடவடிக்கைகளுக்காக அவர் உடனே செல்ல வேண்டியதிருந்தது. 'என் நிலைமையைப் புரிந்துகொள் அன்பே. கடமைகளை முடித்துவிட்டு வெகு விரைவில் வந்துவிடுவேன். உன்னைத் தேடித்தான் வருவேன்.

ரோமுக்குச் செல்லவே மாட்டேன்' என்று கிளியோபாட்ரா விடம் பலமாக வாக்குக் கொடுத்துவிட்டுக் கிளம்பினார்.

ராணுவ முகாம். வந்த இடத்தில் ஆண்டனியால் பணிகளில் கவனம் செலுத்தவே முடியவில்லை. அந்த நொடியில் கிளியோபாட்ரா ஓடிவந்து அணைத்துக்கொள்ள மாட்டாளா என்று மனம் ஏங்கியது. உணவு, உறக்கம் எதுவுமே பிடிக்க வில்லை. வீரர்கள்மேல் தேவையில்லாமல் கோபப்பட்டார். வீரர்களும் கடும் அதிருப்தியில் இருந்தார்கள். அவர்களுக்கான உணவு, உறைவிடத் தேவைகள் குறித்துகூட ஆண்டனி கவலைப் படவில்லை.

ஒரு கட்டத்துக்கு மேல் பொறுக்க முடியாத ஆண்டனி, கிளியோ பாட்ராவுக்குச் செய்தி அனுப்பினார். 'என்னுடன் ராணுவ முகாமில் வந்து இணைந்து கொள்.'

லெபனானின் சிடான் நகரத்துக்கு அருகிலுள்ள ஒரு துறைமுகத் துக்கு கிளியோபாட்ரா வரலாம் என்று ஆண்டனி எதிர்பார்த்தார். எனவே அந்த இடத்தை நோக்கித் தம் படைகளுடன் கிளம்பி னார். கடும் குளிர். மழை வேறு. உணவுப் பற்றாக்குறை. கூடா ரங்கள்கூட இல்லாமல் இரவில் வீரர்கள் வெட்டவெளியில் தங்க வேண்டியதிருந்தது. எதையும் ஆண்டனி கண்டுகொள்ள வில்லை. கிளியோபாட்ரா வரும் சமயத்தில் அந்தத் துறை முகத்தை அடைந்துவிட வேண்டும் என்பது மட்டுமே அவர் எண்ணமாக இருந்தது. அந்தக் கடும் பயணம் முடிந்து அவர்கள் அத்துறைமுகத்தை அடைந்தபோது, வீரர்கள் சுமார் எட்டாயிரம் பேர், பசியாலும் நோய்வாய்ப்பட்டும் இறந்துபோனார்கள்.

போகட்டும். அதனால் என்ன? என் அன்புக் காதலி என்ன ஆனாள்? அவள் இன்னும் இங்கு ஏன் வரவில்லை? துடி துடித்துப் போனார் ஆண்டனி. அவளுக்கு நான் அனுப்பிய செய்தி சேர்ந்திருக்குமா? அவள் வரும் வழியில் ஏதாவது ஆபத்து நேர்ந்திருக்குமா? என்னிடம் கோபம்கொண்டு வராமல் இருக் கிறாளா? ஆண்டனி, தனிமையில் புலம்பியபடியே திரிந்தார்.

ஒருவழியாக கிளியோபாட்ரா வந்து சேர்ந்தாள். ஆண்டனி குதூகலத்தில் குதித்தார். அவள் ஏராளமான உணவுப் பொருள் களும், ஆடைகள் மற்றும் பிற அத்தியாவசியப் பொருள்களோடு வந்திருந்ததால் வீரர்களும் சந்தோஷப்பட்டார்கள். கிளியோ

பாட்ராவின் அருகாமையில் இருந்த ஆண்டனி, அதற்குப் பிறகு தன் கடமைகளிலும் கொஞ்சம் கவனம் செலுத்த ஆரம்பித்தார்.

•

ஆக்டேவியா உடைந்து போயிருந்தாள். ஆண்டனி குறித்த விஷயங்கள் ஒவ்வொன்றும் அவள் கவனத்துக்கு வந்த வண்ணம் இருந்தன. என் கணவரை எப்படி மீட்பது? அவளும் கிளியோ பாட்ரா போலவே செய்ய விரும்பினாள். அதாவது உணவுப் பொருள்கள், உடை, பணம், கூடாரங்கள், பிற அத்தியாவசியப் பொருள்களோடு, படை ஒன்றையும் அழைத்துக் கொண்டு சென்று ஆண்டனிக்கு உதவுவது. தானே அதை முன்நின்று செய்ய விரும்பினாள். அப்போது ஆண்டனி அவள்மேல் கவனத்தைத் திருப்ப வாய்ப்பு உண்டல்லவா.

தன் அண்ணன் ஆக்டேவியஸிடம் அதற்காக அனுமதி கேட்டாள். ஆண்டனி மேல் கடும் கோபத்திலிருந்தாலும், தன் தங்கைக்காக அந்தத் திட்டத்துக்கு அவர் சம்மதித்தார். ஆக்டேவியா இத்தாலியிலிருந்து கிளம்பினாள்.

கிளியோபாட்ரா மனத்தில் கிலி. அய்யோ, ஆக்டேவியா வந்து ஆண்டனியைக் கொத்திக் கொண்டு போய்விடுவாளா? ஆண்டனி என்னை விட்டுப் பிரிந்து ரோமுக்குச் சென்று விட்டால், அதன் பிறகு அவராக என்னைத் தேடி வந்தால்தான் உண்டு. நானாக அவரைச் சென்று பார்க்கக்கூட முடியாதே. நான் என் ஆண்டனியை இழந்துவிடுவேனா?

ஆண்டனி தன்னுடன் இருக்கும்போது, மிக மிக சந்தோஷமாக இருந்த கிளியோபாட்ரா, அவர் அவளைவிட்டு எங்காவது கிளம்பும் நேரத்தில் உடைந்து அழுதாள். 'என்னை விட்டு நீங்கள் கொஞ்ச நேரம் பிரிந்தால்கூட நான் எதற்கு வாழ வேண்டும் என்று எண்ணத் தோன்றுகிறது. நீங்கள் மீண்டும் என்னிடம் திரும்பிவரும் வரை என் உயிர் என்னிடம் இருப்பதில்லை.'

கிளியோபாட்ரா வாழ்வதே தனக்காகத்தான். அவள் மனம் நோகும்படி எந்தக் கணத்திலும் நடந்துகொள்ளக் கூடாது என்று ஆண்டனி தனக்குள் தீர்மானம் எடுத்திருந்தார். கிளியோபாட்ரா, இன்னொரு காரியமும் செய்தாள். ஆக்டேவியாவைவிட தான் எந்தவிதத்திலெல்லாம் சிறந்தவள், தன் காதல் எத்தனைப் புனிதமானது என்றெல்லாம் ஆண்டனிக்கு உணர்த்த

விரும்பினாள். அதற்காக ஆண்டனிக்கு வேண்டியவர்களையும், தனது ஆலோசகர்களையும் அழைத்துப் பேசி ஒரு திட்டத்தைச் செயல்படுத்தினாள். அவர்கள் ஆண்டனியின் மனத்தில் தம் கருத்துகளை நேரடியாகவும் மறைமுகமாகவும் விதைத்தார்கள்.

'ஆக்டேவியாவைத் திருமணம் செய்துகொண்டதில் ஆயிரம் அரசியல் காரணங்கள் இருக்கின்றன. அவள் அண்ணன் ஆக்டேவியாவைப் பகடையாக வைத்து அரசியல் செய்கிறான். ஆனால் கிளியோபாட்ராவின் காதல் எவ்வளவு பரிசுத்தமானது தெரியுமா. அவள் அன்பைத் தவிர வேறெதையும் எதிர்பார்க்க வில்லையே. ஆக்டேவியா மனைவி என்றாலும் நேற்று வந்தவள். கிளியோபாட்ராவின் காதலின் வயது என்ன தெரியுமா. சொல்லப்போனால், கிளியோபாட்ரா இந்தக் காதலுக் காகச் செய்திருக்கும் தியாகங்கள் ஏராளம். தன் பெயரைக் கெடுத்துக் கொண்டு, நேர்ந்திடும் அவமானங்களை எல்லாம் சட்டையே செய்யாமல், ஆண்டனிக்காக மட்டும் உண்மையாக வாழ்ந்து கொண்டிருக்கிறாள். அவளைப்போல், யாருமே ஆண்டனியின் நலன்மேல் அக்கறை கொள்ள முடியாது. மீண்டும் ஒருமுறை ஆண்டனியை அவள் பிரிந்தால், உயிரை இழந்துவிடுவாள் என்றுதான் தோன்றுகிறது.'

ஆண்டனி அந்த வார்த்தைகளுக்கு அடிமையானார். கிளியோ பாட்ராவைத் தவிர தனக்கு வேறு யாரும் எதுவும் தேவையே இல்லை என்ற தீர்மான முடிவுக்கு வந்தார். ஆக்டேவியாவைச் சந்திக்கும் விருப்பமோ, மன உறுதியோ அவருக்கு இல்லை. எனவே அவளுக்குச் செய்தி அனுப்பினார். 'நான் உன்னை இனி யொருமுறை சந்திக்க விரும்பவில்லை. அப்படியே திரும்பிப் போய்விடு.'

படைகளோடு ஏதென்ஸை அடைந்திருந்த ஆக்டேவியா, இந்தச் செய்தி கிடைத்ததும் நிலைகுலைந்து போனாள். அப்போதும் தன் கணவன் மீது கொண்ட அதீதப் பாசத்தினால் பதில் செய்தி அனுப்பினாள். 'உங்களுக்காகப் படைகள், உணவு என்று ஏராளமான உதவிகள் கொண்டு வந்துள்ளேன். அவற்றை என்ன செய்யலாம்?'

ஆண்டனி உடனே பதில் அனுப்பினார். 'அவையெல்லாம் ஏதென்ஸிலேயே இருக்கட்டும். நீ வந்துவிடாதே.'

மனம் நிறைய பாரத்துடன் ஆக்டேவியா ரோமுக்குத் திரும்பி னாள். ஆக்டேவியஸ் தன் பாசமலருக்கு நேர்ந்த அவமானத்தால் கொதிகொதித்தார். 'இனியும் நீ ஆண்டனியின் வீட்டில் இருக் காதே. கிளம்பி வந்துவிடு' என்று சொல்லி அனுப்பினார். என் கணவன் வீட்டைவிட்டு நான் வரமாட்டேன் என்று ஆக்டேவியா அழுத்தமாக மறுத்துவிட்டாள்.

தன் சோகங்களை எல்லாம் விழுங்கிக் கொண்டு, அவளுக்கும் ஆண்டனிக்கும் பிறந்த இரண்டு பெண் குழந்தைகளான ஆண்டனியா மேஜர், ஆண்டனியா மைனரை* வளர்ப்பதில் கவனம் செலுத்த ஆரம்பித்தாள். ஆதரவற்று நின்ற ஃபல்வியா - ஆண்டனி குழந்தைகளையும் அவளே வளர்க்கத் தொடங்கி னாள். அதற்குமேல் ஆக்டேவியா தன் கணவரை மீட்டுத்தரச் சொல்லி, அண்ணனிடம் சென்று நிற்க விரும்பவில்லை.

மீண்டும் அலெக்ஸாண்ட்ரியா. இந்த முறை ஆண்டனி அலெக் ஸாண்ட்ரியாவைத் தனது அறிவிக்கப்படாத தலைநகரமாக்கிக் கொண்டு இயங்க ஆரம்பித்தார். கிளியோபாட்ராவின் அந்தப் புரம்தான் தலைமைச் செயலகமாகச் செயல்பட்டது. அலெக் ஸாண்ட்ரியாவை விட்டு நகரவே விரும்பாத ஆண்டனி, சிரியா, ஆசியா மைனர், எகிப்தின் பிற பகுதிகளுக்குச் செல்ல வேண்டி யது வந்தால், கிளியோபாட்ராவுடனும், அவளது ஆள், அம்பு, சேனைகளோடும்தான் சென்றார்.

இடைப்பட்ட காலத்தில் ஆண்டனிக்கும் கிளியோபாட்ரா வுக்கும் வாரிசுகள் பிறந்திருந்தார்கள். ஆணொன்று பெண் ணொன்றாக இரட்டைக் குழந்தைகள் கி.மு. 40 டிசம்பரில் பிறந்தார்கள். அலெக்ஸாண்டர் ஹெலியோஸ் என்று ஆண் குழந்தைக்கும், கிளியோபாட்ரா செலின் என்று பெண் குழந் தைக்கும் பெயரிட்டிருந்தார்கள். கி.மு. 36ல் ஓர் ஆண் குழந்தை பிறந்தது. அதற்கு கிளியோபாட்ரா வைத்த பெயர், பதினாறாம் தால்மி பிலடெல்பியஸ்.

ரோம் மக்கள் ஒருபோதும் கிளியோபாட்ராவை ஏற்றுக் கொள்ளப்போவதில்லை. அவளுக்கும் ஆண்டனிக்கும் பிறந்த குழந்தைகளுக்கு 'கிளியோபாட்ராவின் வாரிசு', 'தால்மி

---

* ஆண்டனியா மேஜர் கி.மு. 39ல் பிறந்தவள். பிற்காலத்தில் இவளுக்குப் பேரனாகப் பிறந்தவர்தான் ரோம் பேரரசர் நீரோ. ஆண்டனியா மைனர் கி.மு. 37ல் பிறந்தவள். இவளுடைய பேரன் ரோம் பேரரசர் கலிகுலா.

கிளியோபாட்ரா / 125

பரம்பரை' என்ற அங்கீகாரத்தை எகிப்தியர்கள் வழங்குவார்கள். ஆனால் அது மட்டும் போதாதே. இது குறித்து கிளியோபாட்ரா ஆண்டனியை நச்சரிக்க ஆரம்பித்திருந்தாள்.

அலெக்ஸாண்ட்ரியாவில் நடந்த பொது விழா ஒன்றில், பொது மக்கள் முன்னிலையில் ஆண்டனி, தனக்கும் கிளியோபாட்ரா வுக்கும் பிறந்த வாரிசுகள் என்று மூன்று குழந்தைகளையும் அறிவித்தார். அத்தோடு நிறுத்திக் கொள்ளாமல் தன் அதிகாரத் தின் கீழ்வரும் ரோம் சாம்ராஜ்ஜியத்தின் கிழக்குப் பகுதிகளைப் பிரித்து தன் மகன்களான அலெக்ஸாண்டர், கிளியோபாட்ரா, பிலடெல்பியஸெக்குப் பிரித்துக் கொடுத்தார். அதில் சீஸரியனுக் கும் ஒரு பங்கு அறிவிக்கப்பட்டது.

கிளியோபாட்ரா அகமகிழ்ந்தாள்.

•

ரோம் செனட்டில் அனல் பறந்தது. அதுவரை தன் தங்கைக்காக ஓரளவு பொறுமை காத்த ஆக்டேவியஸ், அப்போது ஆண்டனியை ஒழித்தே தீருவது என்று முழு மூச்சில் களமிறங்கியிருந்தார். அலெக்ஸாண்ட்ரியாவில் இருந்தபடி ஆண்டனி செய்யும் அட்டூழி யங்கள், செனட்டின் விதிகளை மதிக்காமல் அவர் அடிக்கும் கூத்து கள், தன் அதிகாரத்தின் கீழுள்ள பகுதிகளைத் தனது ஆசை நாயகியின் வாரிசுகளுக்குப் பகிர்ந்து கொடுத்தது என்று குற்றப் பட்டியலை சொல்லிக் கொண்டே போனார்.

'ரோம் சாம்ராஜ்ஜியத்தின் கிழக்குப் பகுதியின் அதிகாரம் கொஞ்சம் கொஞ்சமாக கிளியோபாட்ராவின் கையில் சென்று விட்டது' என்று அவர் வைத்த குற்றச்சாட்டை

ஆண்டனிக்கு ஆதரவாக இருந்த செனட் உறுப்பினர்கள்கூட மறுத்துப் பேசவில்லை.

தன்னிலை விளக்கம் கொடுக்கும்விதமாக, ஆண்டனி ரோமுக்குத் தன் சார்பில் சிலரை அனுப்பினார். அவர்களும் ஆண்டனியின் விளக்கத்தை செனட்டில் முன் வைத்தனர். எதுவுமே எடுபட வில்லை. ரோம் மக்களும் ஆண்டனியை முழு மூச்சாக வெறுக்க ஆரம்பித்திருந்தனர். ஆக்டேவியஸ், ஆண்டனிக்கு எதிராகப் போர் தொடுக்கத் தயாராக ஆரம்பித்தார்.

9. இறுதி யுத்தம்

'உரிய நேரத்தில் உதவிகள் எல்லாம் கண்டிப்பாக வந்து சேர்ந்துவிடும். கவலைப்படவே வேண் டாம். வெற்றி நமக்குத்தான்' - எபெஸஸ் துறை முகத்தில் கிளியோபாட்ரா, ஆண்டனிக்கு நம்பிக்கை ஊட்டினாள்.

ஆக்டேவியஸுடன் போரிட்டு வெற்றிபெற வேண்டிய நிர்பந்தம். ஆண்டனி, கப்பல் படை, தரைப்படை இரண்டையுமே திரட்டியிருந்தார். தன் ஆருயிர்க் காதலனுக்காக, போருக்கான செலவினங் களை எல்லாம் ஏற்றுக் கொண்ட கிளியோபாட்ரா, எகிப்தியப் படைகள் அனைத்தையும் ஆண்டனியின் பொறுப்பில் ஒப்படைக்கவும் செய்தாள். நைல் நதியின் அனைத்துப் பகுதிகளிலும் விளைந்த சோளமும் மற்ற தானியங்களும் போருக்காக வரவழைக்கப்பட்டிருந்தன. ஆண்டனி, தன் கட்டுப்பாட்டிலிருந்த ராஜ்ஜியங்கள் அனைத்திலும் படை உதவி கேட்டு செய்தி அனுப்பியிருந்தார். அவர்கள் இருவரும் தம் வசமிருந்த படைகளோடு எபஸெஸை அடைந்திருந்தார்கள். உதவிக்காக வரும் படைகளுக்காகக் காத்திருந்தார்கள்.

கிளியோபாட்ராவும் போரில் கலந்துகொள்ள வேண்டுமா? அவளுக்கு எதுவும் ஆபத்து நேர்ந்து விடக் கூடாதே. ஆண்டனி கவலைப்பட்டார். எனவே அவளை அலெக்ஸாண்ட்ரியாவுக்குத் திரும்பிச் செல்லும்படி வற்புறுத்த ஆரம்பித்தார். ஆனால் கிளியோபாட்ராவின் சிந்தனை வேறு கோணத்தில் இருந்தது. ஆக்டேவியஸ் வந்து ஆண்டனியின் மனத்தை மாற்றிவிட்டால்?

சமாதானமாகி ஆண்டனியை ரோமுக்கே அழைத்துச் சென்று விட்டால் என் கதி? நான் ஒருபோதும் ஆண்டனியைத் தனியே விட மாட்டேன்.

கேனிடியஸ். ஆண்டனியின் அந்தரங்க ஆலோசகர். கிளியோபாட்ரா லஞ்சம் கொடுத்து அவரை வளைத்தாள். அவர் ஆண்டனியிடம் சென்று பேசினார்.

'கிளியோபாட்ராவைத் தாங்கள் அலெக்ஸாண்ட்ரியா திரும்பிச் செல்வது நமக்கு நல்லதல்ல என்பதே என் கருத்து. எகிப்தியப் படைகள் உங்கள் கட்டுப்பாட்டில் இருக்கின்றன. கப்பல் படையில் எகிப்தியக் கப்பல்கள்தான் அதிகம் இருக்கின்றன. தவிர, போர்ச் செலவினங்கள் எல்லாமே அவர்களுடையதுதான். கிளியோபாட்ரா இங்கே இல்லாவிட்டால், எகிப்திய வீரர்கள் எல்லாம் அர்ப்பணிப்புடன் நமக்காகப் போராட மாட்டார்கள். தவிரவும் கிளியோபாட்ரா போன்றதொரு மனோதிடம் கொண்ட அரசி களத்தில் இருந்தால் நமக்கும் வலிமையே. கிளியோபாட்ரா அருகில் இல்லாமல்போனால் தங்கள் மனமும் ஒரு நிலையில் இருக்காதே.'

ஆண்டனி அந்த வார்த்தைகளில் வழுக்கி விழுந்தார். கிளியோபாட்ரா அவருடனேயே இருக்கச் சம்மதித்தார். அங்கிருந்து கடல் வழியாகக் கிளம்பினார்கள். ஆங்காங்கே கரையிறங்கினார்கள். அந்த நாள்களிலும் ஆண்டனி போர் குறித்த திட்டமிடல்களில் ஈடுபடவில்லை. கிளியோபாட்ராவுடன் இணைந்து வழக்கம் போல குடி, கூத்து, கும்மாளம். போரின் முடிவு என்னவாகும் என்று தெரியவில்லை. இருக்கின்ற நாள்களில் சந்தோஷமாக இருக்கலாம் என்ற மனநிலைக்கு ஆண்டனி வந்திருந்தார்.

ஏதென்ஸை அடைந்தார்கள். அங்கே சில நாள்கள் தங்கிவிட்டுப் போக வேண்டுமென கிளியோபாட்ரா அடம்பிடித்தாள். காரணம்?

ஆக்டேவியா, ஆண்டனிக்கு உதவுவதற்காக வந்து கண்ணீரோடு திரும்பிச் சென்றது அங்குதானே. எனவே ஏதென்ஸ் மக்களிடையே ஆக்டேவியா மீதான பரிதாபம் ஏகத்துக்கும் ஏறியிருந்தது. அவர்கள் கிளியோபாட்ராவை வெறுக்க ஆரம்பித்திருந்தார்கள்.

அந்த நிலையை மாற்றுவதற்காகவே அங்கு சென்று அவள் முகாமிட்டாள். ஆடம்பரமான கூடாரங்கள். அதிசயிக்க

வைக்கும் கேளிக்கைகள். காணக் கிடைக்காத கண்காட்சி. கிளியோபாட்ரா கடைவிரித்து வந்த செல்வங்களைக் கண்டு, ஏதென்ஸ் மக்கள் இமைக்க மறந்திருந்தார்கள். அவள் அழகிலும் மயங்கி நின்றார்கள்.

அவள் நினைத்தது நடந்தது. இப்படிப்பட்ட ஓர் அழகியிடம் ஆண்டனி மயங்கியிருப்பது தவறே இல்லை என்று பேசிக் கொண்டார்கள்.

ஏதென்ஸிலிருந்து ஆண்டனி, ஆக்டேவியாவிடம் விவாகரத்து கேட்டு செய்தி அனுப்பினார். ஆக்டேவியா, ரோமில் தன் இல்லத்தைவிட்டுக் காலி செய்ய வேண்டும் என்றும் அதில் சொல்லியிருந்தார். ஆக்டேவியா அதற்கும் கண்ணீரோடு அடிபணிந்தாள். தன் குழந்தைகளோடு அண்ணன் வீட்டுக்கு இடம் பெயர்ந்தாள்.

•

ஆக்டேவியஸ், போருக்குக் கிளம்புவதற்கு முன் செனட்டின், ரோம் மக்களின் முழு ஆதரவைப் பெறும் வகையில் ஆண்டனிக் கெதிராக காய் நகர்த்தினார். இறுதியாக ரோமை விட்டுக் கிளம்புவதற்கு முன் ஆண்டனி, ஏதோ உயில் எழுதி வைத் திருப்பதாக ஆக்டேவியஸுக்குத் தெரிய வந்தது. அதை உரிய பாதுகாவலர்களிடம் இருந்து கைப்பற்றிய ஆக்டேவியஸ், செனட்டில் எல்லோர் முன்னிலையிலும் வாசித்துக் காண்பித்தார்.

உயிலில் ரோமுக்கு எதிராக, செனட்டுக்கு எதிராக, ரோமானிய சட்ட திட்டங்களைக் கேவலப்படுத்தும் விதத்தில் செய்திகள் இருந்தன. உயிலின் இறுதியில், எழுதப்பட்டிருந்த விஷயம் எல்லோரையும் கொதிப்படைய வைத்தது.

'நான் ரோமில் இறந்துபோனால் என் இறுதிச் சடங்குகள் இங்கே நடைபெறக்கூடாது. என் உடல் அலெக்ஸாண்ட்ரியாவுக்குக் கொண்டு செல்லப்பட வேண்டும். எகிப்திய அரசி கிளியோ பாட்ராதான் எனக்கான இறுதிச் சடங்குகளைச் செய்ய வேண்டும். அங்குதான் என் உடலுக்கான உண்மையான மரியாதையும் மதிப்பும் கிடைக்கும்.'

ஆண்டனியை ரோமின் எதிரியாக அறிவித்தார்கள். செனட்டில் அவருக்கு எதிராகப் போர் தொடுக்கவும், அதை ஆக்டேவியஸ்

ஆக்டியம் போர்

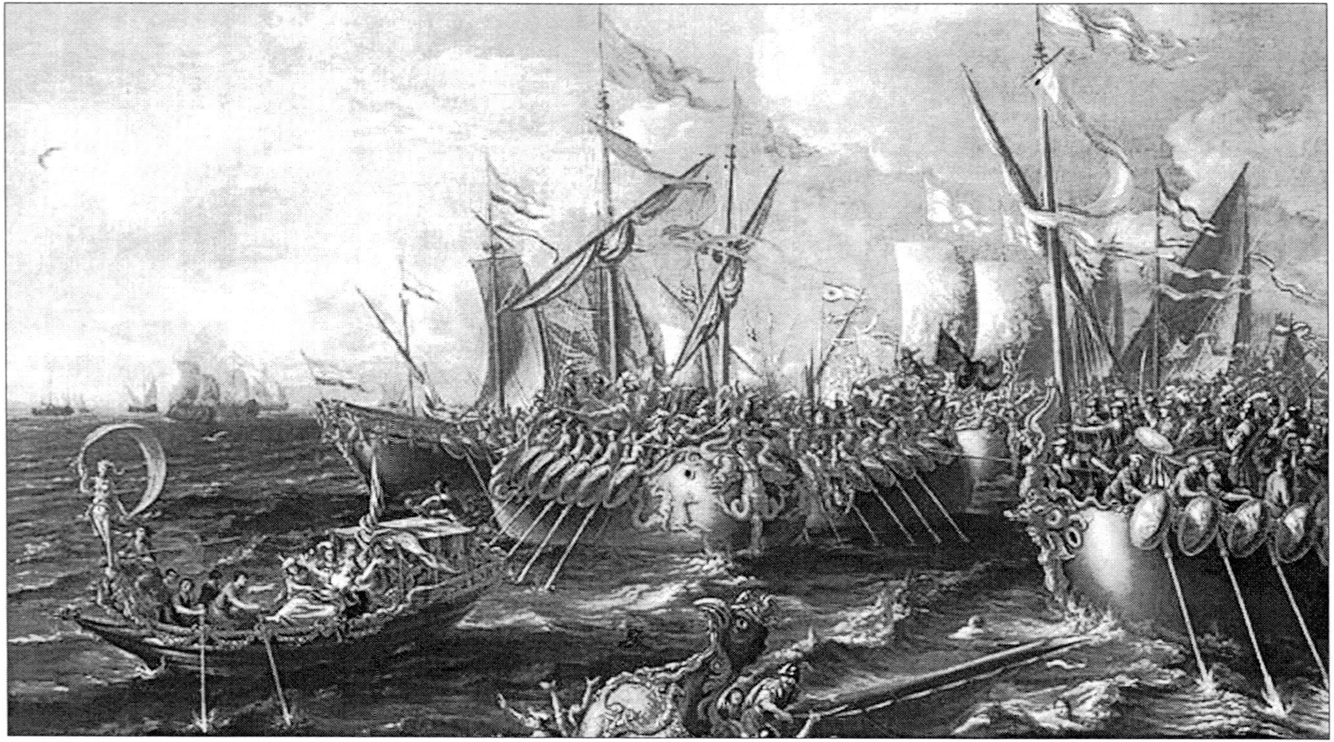

தலைமையேற்று நடத்த வேண்டும் என்றும் தீர்மானம் நிறைவேற்றப்பட்டது.

●

கிரீஸுக்கு மேற்கிலுள்ள கடற்கரை நகரமான ஆக்டியத்தில் (Actium) இரு தரப்பு போர்க் கப்பல்களும் குவிந்த வண்ணம் இருந்தன. அதே சமயத்தில் அந்த நகரத்தை நோக்கித் தரைப்படைகளும் வந்த வண்ண இருந்தன.

கப்பல் படையைப் பொருத்தவரை, எகிப்தியக் கப்பல்கள்தான் ஆண்டனியின் பலம். ஆனால் கடல் போரில் அவருக்கு அவ்வளவு அனுபவம் கிடையாது. ஆக்டேவியஸுக்கும் அதில் அனுபவ மில்லைதான். ஆனால் ரோமானியக் கப்பல் படை, ஆண்டனியின் கப்பல் படையைவிடப் பெரிதாக, வலிமையானதாக இருந்தது. ஆனால் நிலத்தில் போர் செய்தால் ஆக்டேவியஸ், ஆண்டனியிடம் தோற்றுப் போவது உறுதி என்ற சூழல். அந்த அளவுக்கு ஆண்டனியிடம் தரைப்படை பலமாகவே இருந்தது. குதிரைப் படைகள் கொண்டு அவர் அமைக்கும் வியூகங்களில் எதிரிப் படை எப்பேர்ப்பட்டதாக இருந்தாலும் ஏமாந்து போகும்.

ஆண்டனியின் ஆலோசகர்கள் அனைவருமே தரையில் மோதலாம் என்று வற்புறுத்தினார்கள். கிளியோபாட்ரா மட்டும் கப்பல் படை கொண்டு மோதலாம். அதில் எதிரிகளை எளிதாக வீழ்த்திவிடலாம் என்று அழுத்தமாகச் சொன்னாள். கடல் போரில் நாம் வலிமையற்றவர்கள் என்று ஆலோசகர்கள் கதறிக் கூறிய வார்த்தைகள் எதுவும் ஆண்டனியின் செவிகளுக்குள் நுழையவே இல்லை. அவர் போர்க்கப்பல்களைத் தயார் நிலையில் இருக்கச் சொல்லி உத்தரவிட்டார்.

சரி, கிளியோபாட்ரா அப்படிச் சொல்லக் காரணம்? அவள் மனத்துக்குள் போட்டிருந்த கணக்கே வேறு. தரைப் படைகள் மோதி, அதில் தோற்கும் நிலைவந்தால், களத்தில் இருந்து தப்பி ஓடுவது கடினம். தலை தனியாகக் கழன்று விழ வாய்ப்புகள் அதிகம். ஆனால் கடல் போரில், நிலைமை சாதகமில்லை என்று தெரிந்ததும், கப்பல்களைத் திருப்பிக் கொண்டு அலெக்ஸாண்ட்ரியாவை நோக்கி எளிதாக ஓடி விடலாமே.

ஆக்டியம் போர், கடலில் ஆரம்பமாக இருந்தது (செப்டெம்பர் 2, கி.மு. 31). ஆண்டனி சார்பில் சுமார் அறுபது போர்க்

கப்பல்கள், ஆயுதங்களுடன், ஆயுதங்கள் தாங்கிய வீரர்களுடன். அதில் பெரும்பாலானவை எகிப்தியக் கப்பல்கள். ஆக்டேவியஸிடம் அதைவிட அதிகக் கப்பல்கள் இருந்தன. ஆண்டனி ஒரு கப்பலின் மேல் தளத்தில் இருந்தபடி போர் வியூகங்களை அமைத்துக் கொண்டிருந்தார். பின் வரிசையில் ஓர் எகிப்தியக் கப்பலில் கிளியோபாட்ரா இருந்தாள். கடலைக் கவனித்தபடி இருந்த அவள், எகிப்திய கப்பல்கள் பலவற்றைத் தன் ரகசியக் கட்டுப்பாட்டில் வைத்திருந்தாள். போரில் எதிரிகள் கை ஓங்கினால் தப்பித்துச் செல்ல வேண்டுமே.

போர் ஆரம்பித்தது. ஆக்டேவியஸின் கப்பல்கள் முன்னேறி வந்து அதிரடித் தாக்குதல் நடத்தின. அம்புகள், கற்கள், ஈட்டிகள், நெருப்பு குண்டுகள் அங்குமிங்கும் பறந்தன. போர் ஆரம்பித்த முதல் ஒரு மணி நேரத்தில் ஆக்டேவியஸின் படைகள்தான் ஆதிக்கம் செலுத்தின. ஆண்டனி தரப்பில் சேதம் அதிகம். நூறு கப்பல்கள்போல மூழ்கடிக்கப்பட்டிருந்தன.

எல்லாவற்றையும் தூரத்தில் இருந்து கண்காணித்துக் கொண்டிருந்த கிளியோபாட்ரா, பொறுமை இழந்திருந்தாள். தோற்றுப் போய் விடுவோமோ என்ற பயம் அவளை அழுத்தியது. அங்கிருந்து தப்பித்து விடலாம் என்று முடிவு செய்தாள். தன் ரகசியக் கட்டுப்பாட்டிலிருந்த படைகளுக்கு, பின் வாங்கச் சொல்லி உத்தரவு அனுப்பினாள்.

கிளியோபாட்ராவின் கப்பலும் அதைத் தொடர்ந்து சில எகிப்தியக் கப்பல்களும் களத்திலிருந்து பின் வாங்கிச் செல்வதைக் கண்ட மற்ற கப்பல் தளபதிகள் குழம்பி நின்றார். சமாளித்துப் போராடிக் கொண்டிருந்த ஆண்டனியும் பரிதவித்து நின்றார். கிளியோபாட்ரா களத்திலிருந்து பின் வாங்கினால் எகிப்தியக் கப்பல்கள் எல்லாமே கிளம்பிவிடுமே. பயந்துபோன ஆண்டனி, அனைத்துக் கப்பல்களையும் பின்வாங்கச் சொல்லி உத்தரவிட்டார். தன் கப்பலையும் திருப்பிக் கொண்டு களத்திலிருந்து தப்பிக்க ஆரம்பித்தார்.

எல்லா கப்பல்களுமே திரும்பி வருவதைக் கண்ட கிளியோபாட்ராவுக்குத் திருப்தி. தம் கப்பலின் முகப்பிலிருந்து அடையாளக் கொடி ஒன்றைக் காட்ட வைத்தாள். அதாவது தான் அந்தக் கப்பலில் இருப்பதாக ஆண்டனிக்குச் செய்தி சொன்னாள். ஆண்டனி, அந்தக் கப்பலை நெருங்கினார். கிளியோபாட்ராவின்

கப்பலுக்கு மாறினார். அவர், அவளைத் தேடவில்லை. யாரிடமும் ஒரு வார்த்தைகூடப் பேசவில்லை. கப்பலின் முன் முனைக்குச் சென்று தலையைக் கவிழ்ந்தபடி அமர்ந்து கொண்டார்.

தான் செய்தது சரியா, தவறா? கிளியோபாட்ராவுக்குத் தெரியவில்லை. ஆனால் ஆண்டனி முன் சென்று நிற்கும் தைரியமோ, மனநிலையோ அவளுக்கும் இல்லை. விரக்தி மேலிட, கப்பலில் கீழ் தளத்தில் கண்ணீரில் மிதந்து கொண்டிருந்தாள்.

●

ஏதோ ஆபத்து நெருங்குவது போன்ற உள்ளுணர்வு. ஆண்டனி தன் கப்பலின் பின் திசையில் பார்த்தார். தூரத்தில் ஏராளமான படகுகள். அதில் நிறைய ரோமானிய வீரர்கள். ஆண்டனியையும் கிளியோபாட்ராவையும் குறிவைத்துத் துரத்தி வந்து கொண்டிருந்தார்கள். இந்தமுறை ஆண்டனிக்குள் இருந்த பழைய வீரம் விழித்துக் கொண்டது. தன் கப்பலை வேகப்படுத்தி தப்பிக்கச் சொல்லவில்லை. கப்பலை அப்படியே திருப்பச் சொன்னார். அந்தப் படகுகளின் மத்தியில் கொண்டு போய் நிறுத்தினார். படகுகளில் இருந்து ஆயுதங்கள் பாய்ந்துவந்தன. ஆண்டனியே கையில் ஆயுதங்களுடன் களமிறங்கினார்.

'ஆள்களைக் குறிவைக்காமல், படகுகளைக் குறிவைத்துக் கவிழுங்கள்' என்று தன் வீரர்களுக்குக் கட்டளையிட்டார். படகுகளெல்லாம் கவிழ்த்தப்பட, ரோமானிய வீரர்கள் பலர் கடலில் தத்தளித்துக் கொண்டிருந்தார்கள். தப்பி, கப்பல்மேல் ஏறி வந்தவர்கள் கொல்லப்பட்டார்கள்.

அந்தச் சிறிய வெற்றி ஆண்டனியைக் கொஞ்சம் ஆசுவாசப் படுத்தியது. மீண்டும் தன் பழைய இடத்துக்கே சென்று அமர்ந்தார். பரந்து விரிந்த வானம், அவரது பழைய போர் வெற்றிகளைத் தூண்டிவிட்டுக் கொண்டிருந்தது.

●

மூன்று நாள்கள் தொடர்ந்து பயணம். ஒயினைத் தவிர வேறெதையும் ஆண்டனி தொடவில்லை. அவரோ, கிளியோ பாட்ராவோ ஒருவரை ஒருவர் பார்த்துக் கொள்ளவும் இல்லை. கிரீஸுக்கு அருகே ஒரு நகரத்தில் கரையிறங்கினார்கள். கிளியோபாட்ராவின் தோழிகள், ஆண்டனியைச் சென்று

பார்த்தனர். அவரைச் சமாதானப்படுத்தும் விதத்தில் பேசினர். அவரைச் சாப்பிட வைக்கவும் முயற்சி செய்தார்கள். 'தயவு செய்து அரசியை வந்து பாருங்கள்' என்று கெஞ்சவும் செய்தார்கள்.

ஆண்டனியின் அமைதி தொடர்ந்தது. ஆக்டியத்தில் நடந்த சண்டையில் ஆண்டனியின் சில கப்பல்கள்தான் வீழ்த்தப் பட்டிருந்தன. வீரர்களும் அதிக எண்ணிக்கையில் கொல்லப்பட வில்லை. எதிர்த் தரப்பிலும் ஓரளவு வீரர்கள் கொல்லப்பட்டிருந் தார்கள். சொல்லப்போனால் அவர்கள் பிடி தளர்ந்திருந்ததே தவிர தோல்வியடையும் நிலையில் இல்லை. நின்று போராடி யிருந்தால் ஆண்டனிக்குச் சாதகமாகக்கூட நிலைமை மாறியிருக் கலாம். இத்தனைக்கும் மிக வலிமையான தரைப்படை அருகி லிருந்த நிலப்பரப்பில்தான் காத்திருந்தது. கிளியோபாட்ராவின் அவசர புத்தி. அதற்கு ஆண்டனியும் தன்னைப் பலியாக்கிக் கொண்டார்.

அப்போது கரையிறங்கியிருந்த துறைமுகத்திலேயே ஏராளமான வணிகக் கப்பல்கள் இருந்தன. ஆண்டனி அங்கிருப்பதை அறிந்த வணிகர்கள் பலரும் அவருக்குக் கப்பல்கள் கொடுத்து உதவவும் முன் வந்தார்கள். ஆனால் கொஞ்சம்கூட நம்பிக்கையே இல்லாமல் விரக்தியின் உச்சத்தில் இருந்த ஆண்டனி, அதற்கும் பதில் பேசவில்லை.

'அரசி உடனே அலெக்ஸாண்ட்ரியாவுக்குத் திரும்ப விரும்பு கிறார்' என்று கிளியோபாட்ராவிடம் இருந்து செய்தி வந்தது. அதற்கும் ஆண்டனி மறுப்பு தெரிவிக்கவில்லை. அத்தனைக் கோபத்திலும் விரக்தியிலும் அவளைப் பின் தொடர்ந்து செல்வதைத்தான் அவரது மனம் விரும்பியது.

அங்கிருந்து கிளம்புவதற்கு முன் தனது நெருங்கிய நண்பர்கள், தளபதிகள், ஆதரவாளர்களை அழைத்தார். தன் வசமிருந்த முக்கிய செல்வங்களை எல்லாம் பங்குபோட்டுக் கொடுத்தார். 'என்னை நம்பாதீர்கள். என்னைப் பின் தொடர்ந்து வராதீர்கள். எனக்காக வருத்தமும் படாதீர்கள். ஆக்டேவியஸுடன் நட்பை ஏற்படுத்திக் கொள்ளுங்கள். உங்கள் வாழ்க்கையாவது நன்றாக அமையட்டும்.'

அந்த வீரர்கள் அனைவருமே உடைந்து அழுதார்கள்.

எதிர்த்து நிற்க ஆளே இல்லை. ஆண்டனியுடனான போர் இவ்வளவு எளிதானதாக இருக்கும் என்று ஆக்டேவியஸ் நினைத்தே பார்க்கவில்லை. ஒரே நாளில் சில மணி நேரத்தில் ரோம் சாம்ராஜ்ஜியம் முழுவதும் ஆக்டேவியஸின் உள்ளங்கையில்.

தரை வழியாகச் சென்று ஆண்டனிக்கான ரோம் சாம்ராஜ்ஜியத்தின் கிழக்குப் பகுதிகள் ஒவ்வொன்றையும் கைப்பற்ற ஆரம்பித்தார். எதிர்ப்புகளே இல்லை. தலைமை சரியில்லாததால் ஆண்டனியின் வீரர்கள், சாரை சாரையாகச் சென்று ஆக்டேவியஸ் பக்கம் சேர்ந்து கொண்டிருந்தார்கள். எகிப்து வரை சென்று கைப்பற்றிவிட வேண்டும், ஆண்டனியையும் கிளியோபாட்ராவையும் சிறைபிடித்துவிட வேண்டும் என்ற நோக்கத்துடன் அவர் நிதானமாக முன்னேறிக் கொண்டிருந்தார்.

10. விஷம்

ஆண்டனியும் கிளியோபாட்ராவும் அலெக் ஸாண்ட்ரியாவை அடைந்திருந்தார்கள். பார்க்க, பேச ஆரம்பித்திருந்தார்கள். ஆனால் முன்பிருந்த அதீதக் காதலும், அளவு கடந்த அன்பும் அப்போது இல்லை. ஒருவித பயம் இருவர் கண்களிலும்.

கிளியோபாட்ரா தனது முக்கிய செல்வங்களை எல்லாம் திரட்டினாள். அவற்றை எகிப்தின் வட கிழக்கிலுள்ள சூயஸ் நகரத்துக்கு அனுப்பி வைத் தாள். அவை அங்கே நிறுத்தி வைக்கப்பட்டிருந்த இரண்டு கப்பல்களில் ஏற்றப்பட்டன. செல்வங் களை, செங்கடல் வழியாக ஆக்டேவியஸின் ஆதிக்கத்தில் இல்லாத அரேபியாவுக்கோ அல்லது இந்தியாவுக்கோ பத்திரமாகக் கொண்டு சேர்த்து விட வேண்டும். பிறகு அந்த இடத்துக்குத் தானும் ஆண்டனியும் தப்பித்துச் சென்றுவிட வேண்டு மென்பது அவளது திட்டம்.

செங்கடலில் அந்தக் கப்பல்கள் இரண்டும் அரேபி யர்களால் சுற்றி வளைக்கப்பட்டன. பாதுகாப்புக்கு அதில் சென்ற எகிப்திய வீரர்கள் அனைவருமே கொல்லப்பட்டார்கள். செல்வங்கள் அனைத்தும் அரேபியர்களால் கொள்ளையடிக்கப்பட்டன.

கிளியோபாட்ரா மனம் வெறுத்துப் போனாள். அதற்குமேல் அலெக்ஸாண்ட்ரியாவிலிருந்து தப்பித்துச் செல்ல எந்த முயற்சியும் எடுக்கவில்லை. எதுவாக இருந்தாலும் அலெக்ஸாண்ட்ரியாவில் இருந்தே போராடிப் பார்க்கலாம் என்ற மன நிலைக்கு வந்திருந்தாள். சில நாள்கள் மனம்

வெறுத்து முற்றும் துறந்த ஒரு துறவிபோல திரிந்த ஆண்டனியால் நீண்ட காலத்துக்கு அந்த வேஷத்தில் இருக்க முடியவில்லை. ஆக்டேவியஸின் படைகள் கிரீஸைத் தாண்டி விட்டன. ஆசியா மைனர் ஆக்டேவியஸிடம் முழுவதுமாக வீழ்ந்துவிட்டது. இதுபோன்ற செய்திகள் ஆண்டனியைத் தொடர்ந்து வதைத்தன.

மீண்டும் கிளியோபாட்ராவின் அந்தப்புரத்தில் தஞ்சமடைந்தார். அனைத்தையும் மறக்க இருவருமே அளவின்றிக் குடிக்க ஆரம்பித்தார்கள். விருந்துகள் நடைபெற்ற வண்ணம் இருந்தன. விருந்தினர் கூட்டம் ஒன்றைச் சேர்த்துக் கொண்டு வலுக்கட்டாய மாக இன்பங்களை அனுபவிக்க ஆரம்பித்தார்கள்.

கிளியோபாட்ரா ஓர் ஆராய்ச்சியில் இறங்கியிருந்தாள். ஆக்டே வியஸிடம் சிக்கிக் கொள்ளவே கூடாது. அவன் நெருங்கி வரும் பட்சத்தில் உடனே மரணத்தை அழைத்துக் கொள்ள வேண்டும். எப்படி? அதிக வலியில்லாமல், அதிகம் அவஸ்தைக்குள்ளாக் காமல், உடனடியாக மரணத்தைத் தரும் விஷம் எது?

விருந்துகளின்போது 'விஷப் பரிட்சை' நடந்தது. கைதிகள், அடிமைகள் விதவிதமான விஷங்களைக் குடிக்கக் கட்டாயப் படுத்தப்பட்டனர். அதிகம் துடிதுடிக்காமல், விரைவில் மரணம் அடைவது யார் என்று கிளியோபாட்ரா கண்காணித்துக் கொண் டிருந்தாள். அடுத்ததாக விதவிதமான பாம்புகள், தேள்கள், பிற விஷ ஜந்துகள் கொண்டு வரப்பட்டன. கைதிகள், அடிமைகள் அவற்றிடம் கடிபட்டு இறந்தார்கள். கிளியோபாட்ராவின் ஆராய்ச்சி குறித்து அறியாத ஆண்டனிக்கும், பிற விருந்தினர் களுக்கும் போதையின் பிடியில் அந்த விஷ விளையாட்டு மிகச் சிறந்த பொழுதுபோக்காகத் தெரிந்தது.

ஒருநாள் ஆண்டனிக்குச் சந்தேகம் வந்தது. இவள் ஏன் தினமும் விஷத்தை வைத்துப் பரிசோதனை செய்கிறாள்? என்னையும் விஷம் வைத்துக் கொன்று விடுவாளோ.

அன்று கிளியோபாட்ரா ஆண்டனிக்கு மது ஊற்றிக் கொடுக்க, அவர் வாங்க மறுத்தார். 'நீ குடித்துவிட்டுத் தா' என்றார் கொஞ்சம் சந்தேகத்துடன். அவளுக்குச் சுருக்கென்றது. வெளியில் காட்டிக் கொள்ளவில்லை. குடித்துவிட்டுக் கொடுத்தாள்.

விஷப் பரீட்சை

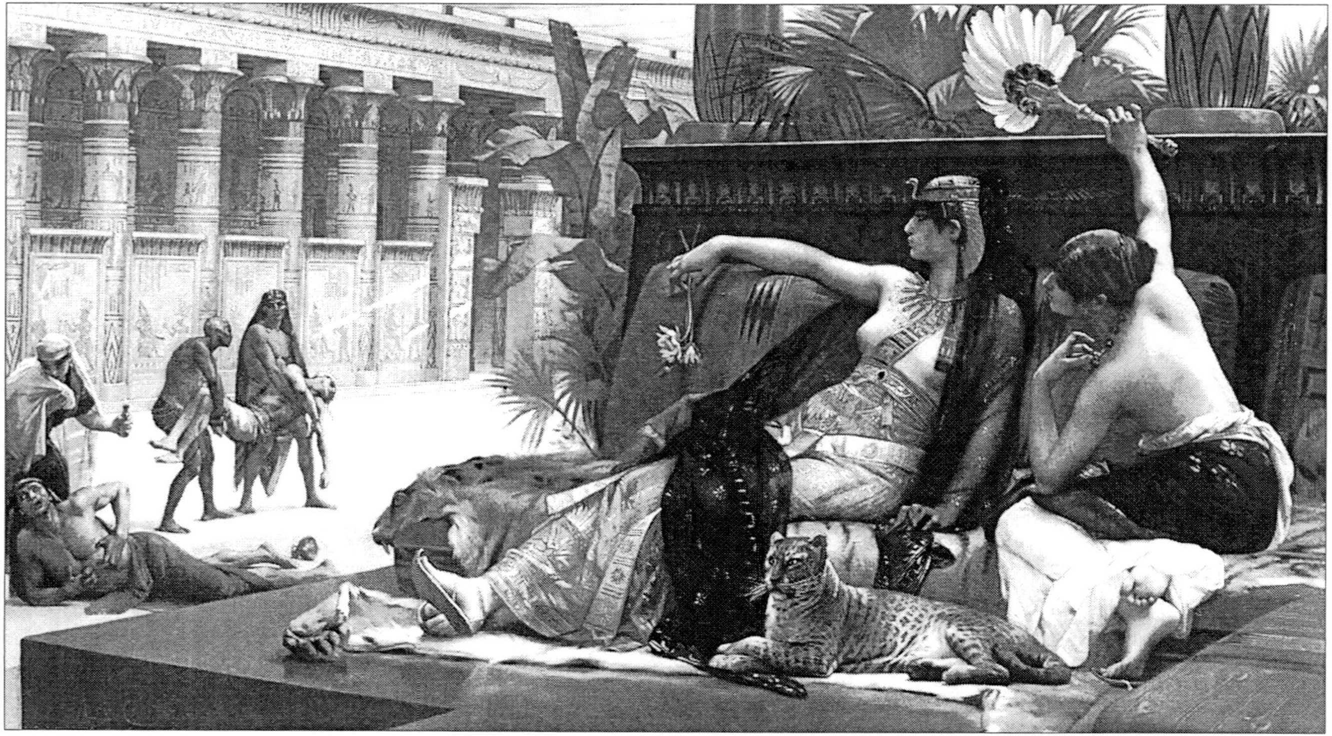

மறுநாள். கிளியோபாட்ரா. விதவிதமான மாலைகளால் அந்தப் புரத்தை அலங்கரிக்கச் சொன்னாள். ஒரு குறிப்பிட்ட மாலையில் உள்ள பூவிதழ்களில் விஷம் தடவப்பட்டிருந்தது. ஆண்டனி, அந்தப்புரத்துக்கு வந்தார். அவர் மேல் மாலைகளை எறிந்து விளையாடினாள். அவரும் விளையாடினார். பின் தன் கழுத்தில் ஓர் மாலையை அணிந்துகொண்டு, அவர் கழுத்தில் அந்த விஷ மாலையை அணிவித்தாள். ஒயின் அருந்த ஆரம்பித்தார்கள். தன் கழுத்து மாலையிலுள்ள சில பூவிதழ்களைப் பிய்த்தாள். அவற்றைத் தன் ஒயின் கோப்பையில் போட்டாள். ஒயினை உறிஞ்சினாள்.

'இப்படிப் பருகினால் ஒயின் நறுமணத்துடன் இருக்கிறது. செய்து பாருங்கள்.'

ஆண்டனியும் தன் கழுத்து மாலையிலிருந்த சில பூவிதழ்களைப் பிய்த்தார். தன் கோப்பையில் போட்டார். ஒயினைப் பருகு வதற்காக உதடுகளின் அருகில் கொண்டு சென்ற வேளையில், கிளியோபாட்ரா தடுத்தாள்.

'ஆண்டனி ஒரு விஷயத்தைப் புரிந்துகொள். நீ இல்லாமல் என்னால் வாழ இயலும் என்றால் உன்னைக் கொல்வது ஒன்றும் எனக்குக் கடினமான காரியம் அல்ல.'

ஆண்டனிக்கு ஒன்றும் புரியவில்லை. 'என்ன சொல்கிறாய்?'

'நீ அணிந்திருப்பது விஷம் தடவப்பட்ட மாலை.'

ஆண்டனியிம் முகம் இருண்டு போனது. கிளியோபாட்ரா ஒரு கைதியை வரவழைத்தாள். அந்த விஷ ஒயினை வலுக்கட்டாய மாகப் புகட்ட வைத்தாள். சிறிது நேரத்தில் அந்தக் கைதி வாயில் நுரை தள்ளி இறந்தான். ஆண்டனி வெலவெலத்துப் போனார்.

கிளியோபாட்ரா, தான் அதுவரை செய்த விஷப் பரிட்சைகளின் முடிவில், நைல் நதிக் கரைகளில் திரியும் ஒருவகை பாம்பு தீண்டினால் உடனடி மரணம் என்று தெரிந்துகொண்டாள்.

●

தனக்கான நினைவிடத்தைக் கட்டி முடிப்பதில் கிளியோபாட்ரா தீவிரமாக இருந்தாள். அது எகிப்திய ஆட்சியாளர்களது

வழக்கம்தான். தாங்கள் உயிருடன் இருக்கும் காலத்திலேயே தங்கள் கல்லறை அமையப்போகும் நினைவிடத்தை விருப்பம் போல, தேவையான வசதிகளுடன் கட்டிக் கொள்வார்கள். கிளியோபாட்ராவும் அந்த வேலையைச் சிறிது காலத்துக்கு முன்பே ஆரம்பித்திருந்தாள். அப்போது அந்த நினைவிடம் கிட்டத்தட்ட முடிக்கப்பட்டிருந்தது.

அங்கே என்னென்ன பொருள்கள் எல்லாம் வைக்கப்பட வேண்டும், என்னென்ன செல்வங்கள் எல்லாம் இடம்பெற வேண்டும் என்று கட்டளைகள் இட்டுக் கொண்டிருந்தாள். 'ஆக்டேவியஸ் எகிப்தை நெருங்கிவிட்டார்' என்ற செய்தி அப்போது கிடைத்தது.

இறுதி முயற்சி. தன்மானம், சுயமரியாதை எல்லாம் பார்க்க வேண்டாம். ஆக்டேவியஸுக்கு சமாதானத் தூது விட்டுப் பார்க்கலாம். ஆண்டனியும் கிளியோபாட்ராவும் தூதுவன் ஒருவனை அனுப்பினார்கள்.

'நாங்கள் எல்லாவற்றையும் விட்டுத் தருகிறோம். எங்களை உயிரோடு விட்டுவிடு. நாங்கள் ஏதென்ஸ் நகரத்துக்குச் சென்று பொது வாழ்விலிருந்து விலகி அமைதியாக மீதி நாள்களைக் கழிக்க விரும்புகிறோம். எங்கள் வாரிசுகள் எகிப்தை ஆண்டு கொள்வதற்கும் அனுமதி கொடு.'

ஆக்டேவியஸ் அதற்குப் பதில் சொல்வதற்காக தன் தூதுவனிடம் செய்தி கொடுத்து அனுப்பினார். 'ஆண்டனியின் கோரிக்கைகள் எதையும் நான் கேட்பதாக இல்லை. ஆண்டனி எது சொன்னாலும் அதன் பின்னணியில் கிளியோபாட்ராவின் சதி ஏதாவது இருக்கும்.'

சமாதான முயற்சியும் தோல்வியடைந்தது. இருந்தாலும் கிளியோபாட்ரா, ஆக்டேவியஸ் அனுப்பிய தூதுவனைத் தனியாகச் சந்தித்துப் பேசிப் பார்த்தாள். ஏதாவது வழி கிடைக்காதா என்ற ஆதங்கம். ஆனால் அதை அறிந்த ஆண்டனியின் புத்திக்குள் சந்தேகப் புயல். கிளியோபாட்ரா, தனக்குத் தெரியாமல் ஆக்டேவியஸுடன் கூட்டணி சேர முயற்சி எடுக்கிறாளோ?

ஆண்டனி, அந்தத் தூதுவனைக் கொல்ல தன் வீரர்களுக்கு உத்தரவிட்டார். அவன் படுகாயங்களுடன் உயிர் தப்பித்துச்

ஆக்டேவியஸ் என்ற அகஸ்டஸ்

சென்றான். பெலுஸியத்தை அடைந்திருந்த ஆக்டேவியஸின் முன் சென்று நின்றான். ஆண்டனி மீதான அவரது கோபம், வெறியாக மாற ஆரம்பித்தது.

பெலுஸியத்திலிருந்து பாலைவனத்தைக் கடந்தால் அலெக்ஸாண்ட்ரியாதான். இடைப்பட்ட நேரத்தில் அங்கே என்ன நடக்கிறது என்ற தகவல்கள் ஒற்றர்கள் மூலம் ஆக்டேவியஸுக்கு வந்துகொண்டே இருந்தது. கிளியோபாட்ரா, தன் நினைவிடத்தில் புகுந்துகொண்டு அங்கே தம் சொத்துகளுடன் சேர்த்து நெருப்பு வைத்துக் கொள்ளப் போகிறாள் என்ற செய்தியும் அவருக்குக் கிடைத்தது.

அத்தனை செல்வங்களையும் நெருப்பிலிருந்து காப்பாற்ற நினைத்தார், முடிந்தால் கிளியோபாட்ராவையும். ரோமுக்குத் திரும்பும்போது அங்கே தான் நடத்தும் வெற்றி ஊர்வலத்தில் கிளியோபாட்ராவிடமிருந்து கைப்பற்றிய செல்வங்களையெல்லாம் காட்சிப்படுத்த வேண்டும் என்பது அவரது விருப்பம். அப்படியே, கிளியோபாட்ராவை ரதம் ஒன்றில் ஏற்றி, தனக்குக் கிடைத்த வெற்றிப் பரிசாகவும் ஊர்வலம் கொண்டு செல்லவும் ஆசைப்பட்டார்.

கிளியோபாட்ராவின் துணிச்சல் அபாயகரமானது. செல்வங்களை எல்லாம் நெருப்புக்குக் கொடுத்துவிடுவாள். அது எனக்குப் பேரிழப்பு. எப்படியாவது தடுக்க வேண்டுமே. ஆக்டேவியஸ், நட்புணர்வைத் தடவி கிளியோபாட்ராவுக்கு ரகசியமாகச் செய்திகள் அனுப்பிக் கொண்டே இருந்தார்.

'நான் அலெக்ஸாண்ட்ரியாவுக்கு வருவது ஆண்டனியைக் கைது செய்வதற்காக மட்டுமே. எகிப்தின் அரசியான உங்களைப் பாதுகாப்பது என் பொறுப்பு. உங்கள்மேல் ஒரு கீறல்கூட விழாது என்பதைத் தெளிவுபடுத்த விரும்புகிறேன்.'

விரைவிலேயே ரோமானியப் படைகள் அலெக்ஸாண்ட்ரியா நகரின் எல்லையை அடைந்தன.

•

திடீர்த் தாக்குதல். வேறு வேறு இடங்களிலிருந்து சடசடவென வந்த ஆண்டனியின் குதிரை வீரர்கள், ஆக்டேவியஸ் படையின் முன் வரிசை வீரர்களைப் பதம் பார்த்துவிட்டுத் திரும்பினார்கள். எல்லாம் ஆண்டனியின் ஏற்பாடுதான். இந்த அதிரடித்

தாக்குதலால் சற்றே நிலைகுலைந்த ஆக்டேவியஸ், சற்றே பின்வாங்கினார்.

ஆண்டனி தனக்குள் புதைந்துபோன வீரத்தை வெளிப்படுத்திய கடைசி தருணம் இது. கிளியோபாட்ராவிடம் சென்றார். அவள் கரத்தைப் பிடித்து முத்தங்களை வழங்கினார். தனது வெற்றிச் செய்தியையும் குதூகலமாக வெளிப்படுத்தினார். அவளும் அவரை அணைத்துக் கொண்டாள். 'இதோ இவர்கள்தான் இந்தத் தாக்குதலை வெற்றிகரமாக நடத்திய தளபதிகள். உன்னிடம் அறிமுகப்படுத்துவதற்காகவே அழைத்து வந்தேன்.'

கிளியோபாட்ரா அந்தத் தளபதிகளுக்கு தங்கக் கவசங்களைப் பரிசாக வழங்கிப் பாராட்டினாள். அவர்களும் புன்னகையுடன் ஆண்டனியிடமிருந்து விடைபெற்றுச் சென்றார்கள். அன்று இரவே, ஆக்டேவியஸுடன் சென்று இணைந்து கொண்டார்கள். அவர்கள் மட்டுமல்ல, பலரும். ரோமானியக் கப்பல் படையும் அலெக்ஸாண்ட்ரியா துறைமுகத்தை நெருங்கியது. ஆண்டனியின் கப்பல் படையினர் எதிர்ப்பு காட்டவில்லை. நட்பு ரீதியான அடையாளக் கொடிகளைக் காட்டி, அந்தப் படையுடன் இணைந்து கொண்டார்கள்.

ஆண்டனியைச் சந்தேகம் மீண்டும் ஆட்கொண்டது. இது எல்லாமே கிளியோபாட்ராவின் வேலையாக இருக்குமோ? அவள் ஆக்டேவியஸுடன் ரகசியமாகக் கைகோர்த்து விட்டாளோ?

தன்னிலை இழந்தார். கிளியோபாட்ரா தன்னை ஏமாற்றிவிட்ட தாகப் புலம்பியபடியே அங்குமிங்கும் ஓடினார். களத்தில் எதிரிகள் கண்டு நடுங்கிய அந்த மாவீரர் கதறி அழுதார், 'நான் தோற்கடிக்கப்பட்டுவிட்டேன்.'

அதே சமயத்தில் கிளியோபாட்ரா, தனது பணிப்பெண்கள் இருவருடன் தன்னுடைய நினைவிடத்துக்குள் சென்று பதுங்கிக் கொண்டாள். உள்ளே ஏற்கெனவே அனைத்து அத்தியாவசியப் பொருள்களும், உயரிய செல்வங்களும் நிரப்பப்பட்டிருந்தன. நினைவிடத்தில் வாசலை அடைக்கச் சொன்னாள். யாருமே அதற்கு மேல் உள்ளே போகவோ, வெளியே வரவோ முடியாதபடி. அடைத்தார்கள்.

கிளியோபாட்ரா / 143

பின் கிளியோபாட்ரா, தான் இறந்துவிட்டதாகச் செய்தியைப் பரப்பச் சொன்னாள். அந்தக் கல்லறையிலிருந்து வெளி யுலகத்தைத் தொடர்பு கொள்ள உயரத்தில் ஒரே ஒரு சன்னல் மட்டும் அமைக்கப்பட்டிருந்தது. அதன் வழியே அவளது பணிப்பெண் கத்தினாள். 'எகிப்தின் அரசி தன் வாழ்வை முடித்துக் கொண்டார்.'

விஷயம் அலெக்ஸாண்ட்ரியா நகரமெங்கும் வெகுவேகமாகப் பரவியது. மக்கள் கூடி அழ ஆரம்பித்தார்கள். தெருக்களில் பைத்தியம்போலத் திரிந்து கொண்டிருந்த ஆண்டனியின் காதி களிலும் இந்தச் செய்தி விழுந்தது. அதுவரை இருந்த அவரது மனநிலை சட்டென மாறியது. தரையில் விழுந்து அழ ஆரம் பித்தார். 'அய்யோ கிளியோபாட்ரா, போய்விட்டாயா. உன்னை விட்டு நான் எங்கே செல்லப்போகிறேன். நானும் உன்னிடமே வந்து விடுகிறேன்.'

ஆண்டனி, முதன் முதலில் அலெக்ஸாண்ட்ரியாவுக்கு ஒரு சாதாரணத் தளபதியாக வந்தபோது அவரை வியப்புடன், மரியாதையுடன் நோக்கிய மக்கள், அப்போது பரிதாபமாகப் பார்த்தார்கள். சிலர் அவருக்காகவும் அழுதார்கள்.

•

'எரோஸ் நீ என்னைக் குத்திக் கொல்ல வேண்டும். இது என் கட்டளை.'

அரண்மனைக்குள் வந்திருந்த ஆண்டனி, தன் விசுவாசமான வேலையாளான எரோஸின் கையில் வாளைக் கொடுத்திருந்தார். தன்னைக் கொல்லும்படி மேலும் மேலும் வற்புறுத்தினார்.

கைகள் நடுநடுங்க வாளை உயர்த்திய எரோஸ், சட்டெனத் தன்னைக் குத்திக் கொண்டான். சிறிது நேரத்தில் துடித்து இறந்துபோனான்.

'நன்றி எரோஸ். நீ எனக்குப் பாதை காட்டிவிட்டாய். உன்னைப் போலவே, நானும் என்னைக் குத்திக் கொள்கிறேன்.'

ஆண்டனி, எரோஸின் உடலிலிருந்த வாளை உருவினார். தன்னையே குத்திக் கொண்டார். தடுமாறித் தடுமாறி அருகி லிருந்த கட்டிலில் சென்று விழுந்தார். ஆழமான காயம்தான்.

ஆனால் உயிர்போகுமளவுக்கு இல்லை. ஆண்டனியால் அந்தக் கத்தியைத் தன் உடலிலிருந்து உருகவும் முடியவில்லை. வலியில் கதறினார்.

'யாராவது என்னைக் கொல்லுங்களேன்...'

அங்கே ஓடிவந்த அரண்மனைப் பணியாளர்கள் எதுவும் செய்யத் தோன்றாமல் கலங்கி நின்றார்கள். அப்போது ஆண்டனியின் உதவியாளர் ஒருவர் ஓடிவந்தார். ஆண்டனியின் நிலைகண்டு பதறிய அவர், 'அய்யோ அவசரப்பட்டு விட்டீர்களே. அரசி இறக்கவில்லை. உயிரோடு கல்லறைக்குள்தான் இருக்கிறார்' என்று சொன்னார்.

ஆண்டனியின் கண்களில் பிரகாசம். 'என் கிளியோபாட்ரா இறக்கவில்லையா. நான் அவளை இறுதியாக ஒருமுறை பார்க்க வேண்டுமே. தயவுசெய்து என்னை அவளிடம் அழைத்துப் போங்கள். இது என் இறுதி ஆசை...'

தன் பலத்தைத் திரட்டிய ஆண்டனி, வாளை உடலிலிருந்து எடுத்துப் போட்டார். ரத்தப் போக்கு அதிகமானது. பணியாளர்கள் அவரைத் தூக்கிக் கொண்டு சென்றார்கள். ஆனால் கிளியோபாட்ராவின் கல்லறைதான் அடைக்கப்பட்டுவிட்டதே. உயரே இருக்கும் சன்னல் வழியாகத்தான் ஆண்டனியை உள்ளே இறக்க வேண்டும். ஆண்டனி வந்திருக்கிறார் என்று அறிந்ததும், கிளியோபாட்ரா கயிறையும் சங்கிலியையும் சன்னல் வழியே போடச் சொன்னாள். அவர் உயிருக்குப் போராடிக் கொண்டிருக்கிறார் என்று தெரிந்ததும், அவளே ஏணியில் ஏறி நின்றாள். அவளும் இரண்டு பணிப்பெண்களும் கயிற்றின் மறுமுனையில் கட்டப்பட்டிருந்த ஆண்டனியைச் சிரமப்பட்டு மேலே இழுத்தனர்.

ஏற்கெனவே காயத்துடன் இருந்த அவர், மேலும் வேதனையில் கதறினார். 'கொஞ்சம் பொறுத்துக் கொள்ளுங்கள் ஆண்டனி' என்று அழுதபடியே கிளியோபாட்ரா, தன் பலத்தை எல்லாம் திரட்டி தன்னுயிர்க் காதலனை மேலே இழுத்தாள்.

ஒருவழியாக ஆண்டனியை சன்னலுக்குக் கொண்டு வந்தார்கள். அவரது உயிர் ஊசலாடிக் கொண்டிருந்தது. மூவரும் சேர்ந்து உள்ளே இழுத்துப் போட்டார்கள்.

கிளியோபாட்ரா, தன் காதலனை மடியில் கிடத்திக் கொண்டாள். கதறி அழுதாள். ரத்தத்தில் தோய்ந்திருந்த அவரது முகத்தைத் துடைத்துவிட்டாள்.

'ஒயின்... ஒயின்...'

ஆண்டனி கேட்கவும் பணிப்பெண் ஓடிவந்து கொடுத்தாள். தன் காதலி கையால் ஊட்டப்படும் இறுதி ஒயின். அதுவே ஆண்டனிக்குக் கடைசி சந்தோஷமாக அமைந்தது.

'ஆக்டேவியஸுடன் சமாதானமாகப் பேசி போரைத் தவிர்த்து விடு. என் இறப்புக்குப் பிறகும் என் காதலி சந்தோஷமாக வாழ வேண்டும்.'

இறுதி வார்த்தைகளை வெளியிட்ட ஆண்டனியின் உடலில் இருந்து உயிரும் வெளியேறியது*. அதே சமயத்தில் அலெக்ஸாண்ட்ரியா முழுவதையும் ஆக்டேவியஸ் கைப்பற்றி யிருந்தார்.

•

எதிரி அழிந்தான். ஆக்டேவியஸின் முகத்தில் அளவில்லா ஆனந்தம். கிளியோபாட்ராவைப் பிடித்தாக வேண்டும், உயிரோடு. அப்போதுதான் வெற்றிப் பரிசாக அவளை ரோமுக்குக் கொண்டு சென்று காட்சிப்படுத்த முடியும்.

ரோமானிய வீரர்கள், அந்தக் கல்லறையைச் சூழ்ந்தார்கள். கதவை உடைத்துக் கொண்டு உள்ளே புக முடியவில்லை. ஒரு தளபதி மட்டும் மேலுள்ள சன்னல் வழியைக் கண்டுபிடித்து, சன்னலை உடைத்துக் கொண்டு உள்ளே குதித்தார். அந்தச் சமயத்தில் கிளியோபாட்ரா, தன் உடையில் மறைத்து வைத் திருந்த குறுவாளை விருட்டென உருவி, தன் நெஞ்சில் குத்திக் கொள்ள கையை ஓங்கினாள்.

அவளது கை முதுகுப்புறமாக வளைக்கப்பட்டது. குறுவாள் கைப்பற்றப்பட்டது.

---

* ஆண்டனி தற்கொலை செய்து கொள்ளவில்லை. ஆக்டேவியஸால் விலைக்கு வாங்கப்பட்ட எகிப்திய மதகுரு ஒருவர், ஆண்டனியைத் தந்திரமாகக் குத்திக் கொன்றார் என்றும் சொல்லப்படுவதுண்டு.

சன்னல் வழியே உள்ளே புகுந்த மேலும் சில ரோமானிய வீரர்கள் கல்லறையையும் கிளியோபாட்ராவையும் தம் கட்டுபாட்டுக்குள் கொண்டு வந்தார்கள். அந்தக் கல்லறையில் இருந்த பிற ஆபத்தான பொருள்களும் அகற்றப்பட்டன. கல்லறையின் வாசலை உள்ளிருந்தபடியே உடைத்து, வழி உண்டு பண்ணினார்கள்.

ஆண்டனியின் உடலை எடுத்துச் சென்றார்கள். தன் காதலனுக்குப் பிரியா விடை கொடுத்தாள் கிளியோபாட்ரா.

ஆக்டேவியஸ் அரண்மனையைக் கைப்பற்றுவது, செல்வங்களைத் தன் கட்டுப்பாட்டில் கொண்டு வருவது, எகிப்திய அமைச்சர்களிடம், அதிகாரிகளிடம் பேசுவது, அலெக்ஸாண்ட்ரியா மக்களிடம் உரையாற்றுவது, அக்கம் பக்கத்து ராஜ்ஜிய மன்னர்களின், இளவரசர்களின் மரியாதையை ஏற்றுக் கொள்வது என்று அடுத்தடுத்த வேலைகளில் கவனம் செலுத்தினார்.

ஆண்டனியின் உடல், தக்க மரியாதைகளுடன் அடக்கம் செய்யப்பட்டது. கிளியோபாட்ரா அரண்மனைக் காவலில் வைக்கப்பட்டாள். தனது உடைகளைக் கிழித்து, கூந்தலைப் பிய்த்து, தன்னைத்தானே காயப்படுத்திக் கொண்டு, சதா அழுதபடியே இருந்தாள். 'என்னைச் சாக விடுங்கள். அதற்குக்கூட உரிமையில்லையா...'

அவள் உடல்நிலை மோசமானது. காய்ச்சல். மருந்துகள் எடுத்துக் கொள்ள மறுத்துவிட்டாள். உணவு, நீர் எதுவும் வேண்டாம் என்றாள். அப்படியே இறந்துபோகலாம் என்பது அவளது திட்டம்.

விஷயம் கேள்விப்பட்ட ஆக்டேவியஸ், அவளுக்கு மிரட்டல் விடுத்தார். 'நீ ஒத்துழைக்கவில்லை என்றால் உன் குழந்தைகளைக் கொன்று விடுவேன்.'

பதறிய கிளியோபாட்ரா, உணவை எடுத்துக் கொண்டாள். மருந்துகளையும் சாப்பிட்டாள். காய்ச்சல் குணமாகியது. சில நாள்கள் கழித்து ஆக்டேவியஸ், அவளைச் சந்திக்க வந்தார். தன் பேரழகால் சீஸரையும் ஆண்டனியையும் உண்டு, இல்லையென்றாக்கிய எகிப்திய அரசி கிளியோபாட்ரா, அலங்கோலமாகப் படுக்கையில் கிடந்தாள். உடலெல்லாம் காயங்கள். உடைகள் கிழிந்து தொங்க அரை நிர்வாணமாக இருந்தாள்.

ஆக்டேவியஸைப் பார்த்து நடுங்கினாள், கதறினாள், பின் கெஞ்சினாள். மன்னிப்பு கேட்டாள். ஏதேதோ உளறியபடி இருந்தாள். ஆக்டேவியஸ் அவளிடம் அன்புடன் பேசினார். தன்னால் அவளுக்கு எந்தத் தீங்கும் நேராது என்று உறுதி யளித்தபடி இருந்தார். ஆனால் அவள், தன்னைச் சாகவிடும்படி கெஞ்ச ஆரம்பித்தாள்.

'இன்னும் மூன்றே நாள்கள். நான் உன்னை, உன் குழந்தை களோடு சிரியாவுக்கு அனுப்பி வைக்கிறேன்' என்று வாக்குறுதி கொடுத்தார். அவள் முகத்தில் சின்னதாக ஒளி. பின்பு, அவளது செல்வங்கள் குறித்த விவரப் பட்டியலைக் கேட்டார்.

ஒரு பட்டியலைக் கொடுத்த கிளியோபாட்ரா, 'இது முழுமை யில்லாத பட்டியல்தான். பட்டியலிட முடியாதபடி ஏகப்பட்ட செல்வங்கள் தனியே பாதுகாக்கப்படுகின்றன' என்றாள். ஆக்டேவியஸ் கிளம்பும் முன் கெஞ்சலாக ஒரே ஒரு கோரிக்கை வைத்தாள்.

'நான் ஆண்டனியின் கல்லறைக்குச் சென்று மரியாதை செய்ய வேண்டும்.'

•

ஆண்டனியின் கல்லறை. கிளியோபாட்ரா மலர்கள் வைத்து மரியாதை செய்தாள். அடக்க முடியாமல் அழுதாள்.

'இது நான் அருமைக் காதலனுக்குச் செய்யும் இறுதி மரியாதை. நான் ஒரு கைதியாக இருப்பதால் என் அருமைக் காதலனோடு மரணத்தில் உடனே இணைய முடியவில்லை. நானும் என் அலெக்ஸாண்ட்ரியாவில்தான் இறக்க விரும்புகிறேன். என் காதலனின் கல்லறைக்கு அருகில்தான் என்னுடைய கல்லறையும் அமைய வேண்டும்.'

•

ஆண்டனியின் கல்லறைக்குச் சென்று வந்த கிளியோபாட்ராவின் முகத்தில் தெளிவு இருந்தது. இரவு விருந்து உண்ண நினைக் கிறேன். அதற்கான ஏற்பாடுகளைச் செய்யுங்கள் என்று சொல்லி விட்டு குளிக்கச் சென்றாள். குளித்து, பழைய கிளியோபாட்ரா வாக அரசியின் உடையில் அலங்காரங்களோடு வந்தாள்.

உணவு நேரம். கிளியோபாட்ரா உண்ண ஆரம்பித்திருந்தாள். அரண்மனைப் பணியாளர் ஒருவர் கையில் ஒரு கூடையுடன் கிளியோபாட்ராவைக் காண வந்தார். ரோமானிய வீரர்கள் அவரை மறித்தார்கள்.

'கூடையில் என்ன? திறந்து காட்டு.'

காட்டினார். அதில் மேல்பரப்பில் இலைகள் இருந்தன. அதையும் விலக்கிக் காண்பித்தார். உள்ளே பழங்கள் தெரிந்தன.

'ஃபிக் பழங்கள். நல்ல சுவையாக இருக்கும். அரசி விரும்பிச் சாப்பிடுவார். இரவு உணவுக்குக் கேட்டிருந்தார். உங்களுக்கு வேண்டுமானாலும் எடுத்துக் கொள்ளுங்கள்.'

சிரித்தபடியே காவலர்கள் அவரை உள்ளே அனுமதித்தார்கள்.

உணவு முடிந்தது. பிற பணியாளர்களை எல்லாம் வெளியே அனுப்பிய கிளியோபாட்ரா, தன் இரு பணிப்பெண்களை மட்டும் உடன் வைத்துக் கொண்டாள். அதில் ஒரு பணிப்பெண் மூலமாக ஆக்டேவியஸுக்குக் கடிதம் ஒன்று அனுப்பப்பட்டது.

•

கிளியோபாட்ராவிடம் இருந்து கடிதம் என்றதுமே , ஆக்டேவியஸ் காவலனின் கையில் இருந்து அவசரமாக வாங்கிப் படித்தார்.

'ஆண்டனியின் சமாதிக்கு அருகில் என் கல்லறை அமைய வேண்டும். இதுவே என் இறுதி ஆசை.'

ஆக்டேவியஸின் முகம் இருண்டது. கத்தினார். 'அவளைத் தடுத்து நிறுத்துங்கள்...'

•

கட்டிலில் கிளியோபாட்ராவின் உடல் கிடந்தது.

அருகில் தரையில் அவளது பணிப்பெண் ஒருத்தி இறந்து கிடந்தாள். இன்னொரு பணிப்பெண், கிளியோபாட்ராவின் தலை அருகே அமர்ந்திருந்தாள். மலர்களால் கீரிடம் போன்ற அலங்காரம் செய்து கொண்டிருந்தாள்.

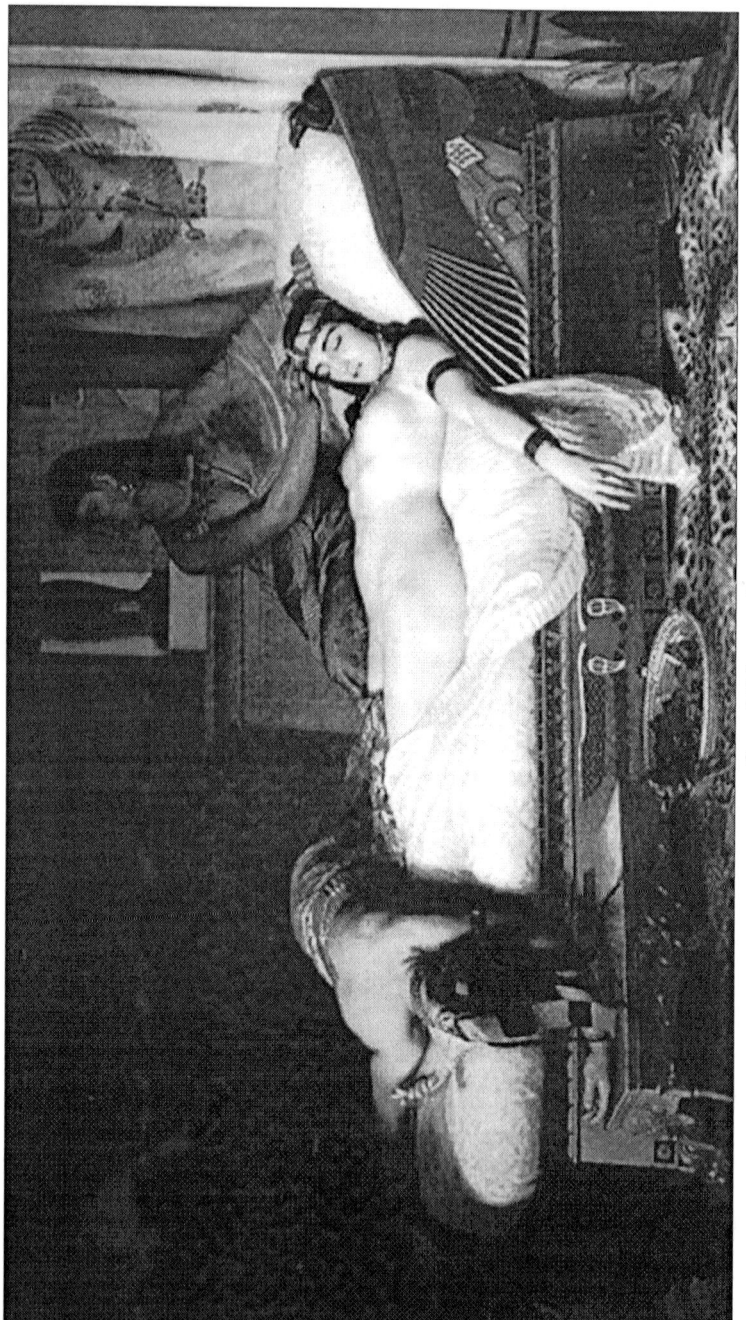

பேரழகியின் மரணம்

காவலர்கள் அங்கு ஓடோடி வந்தார்கள். விக்கித்து நின்றார்கள்.

'இவள் எங்கள் எகிப்திய அரசி...' என்று அந்தக் கீரிடத்தை கிளியோபாட்ராவுக்குச் சூடிய அந்தப் பணிப்பெண்ணும், தரையில் விழுந்து இறந்தாள். அது ஆகஸ்ட் 12, கி.மு. 30.

•

கிளியோபாட்ரா தன் உயிரைப் போக்கிக் கொண்டது எப்படி?

அந்த அறை முழுவதும் தேடிப்பார்த்த காவலர்களால் ஒரு தடயத்தைக் கூட கண்டுபிடிக்க முடியவில்லை. அங்கே ஆயுதங்களும் இல்லை. விஷமும் இல்லை. அவள் சாப்பிட்ட உணவிலும் விஷம் கலந்திருக்க வாய்ப்பில்லை.

கிளியோபாட்ராவின் உடலில் ஏதாவது காயங்கள் இருக்கிறதா என்று சோதனை செய்தார்கள். கண்களுக்கு எதுவுமே சட்டெனப் புலப்படவில்லை. சிறிய பாம்பு ஒன்று அந்த அறையைவிட்டு சன்னல் வழியே வெளியே சென்றிருந்தது.

•

சீஸர் - கிளியோபாட்ராவின் வாரிசான சீஸரியன், ஏகப்பட்ட செல்வங்களுடன் இந்தியாவுக்குத் தப்பிச் சென்றார் என்றொரு ஆதாரமில்லாத தகவல் உண்டு. ஆனால் கிளியோபாட்ரா இறந்தவுடன் ஆக்டேவியஸ், பதினேழு வயது சீஸரியனைத் தான் குறிவைத்தார். கிளியோபாட்ராவின் வாரிசு உயிருடன் இருக்கும்வரை அவரை எகிப்திய மக்கள் அரசராக ஏற்றுக் கொள்ள மாட்டார்களல்லவா.

'சீஸரின் வாரிசாக நீங்கள் மட்டும் போதும். சீஸர்களை விட்டு வைக்காதீர்கள்' என்று ஆக்டேவியஸின் ஆலோசகர்கள் அவரிடம் சொன்னார்கள்.

சீஸரியன் கொல்லப்பட்டார்.

ஆக்டேவியஸ் வெற்றி முழக்கங்களுடன் ரோமுக்குத் திரும்பி னார். வெற்றி ஊர்வலம் விமரிசையாக நடந்தது. எகிப்தில் கைப் பற்றிய செல்வங்கள் அணிவகுத்தன. ஆண்டனி-கிளியோபாட்ரா வின் வாரிசுகள், ஊர்வலமாகக் கொண்டு வரப்பட்டார்கள்.

சீஸரின் காலத்தில் ரோம் நகர வீதியில், தங்க தேவதைபோல வந்து இறங்கிய கிளியோபாட்ராவை, ஒரு கைதிபோல அழைத்துவர நினைத்த ஆக்டேவியஸின் ஆசை நிறைவேற வில்லை. ரதம் ஒன்று மெதுவாக வந்தது. அதில் தங்கத்தாலான கிளியோபாட்ராவின் தத்ரூப சிலை.

கி.மு. 27. சீஸரின் கனவு முழுமையாக நிறைவேறியது. சாம்ராஜ்ஜியமாக மிளிர்ந்த ரோமின் முதல் அரசராக முடிசூட்டிக் கொண்டார், ஆக்டேவியஸ் என்கிற அகஸ்டஸ்.

11. கிளியோபாட்ரா – ஒரு பார்வை

அவள் அகந்தை பிடித்தவள். தனது அடிமைகளையும் கைதிகளையும் விதவிதமாக சித்ரவதை செய்து ரசித்தவள். அதில் பாலியல் கொடுமைகளும் அடக்கம். அது அவளுக்குப் பொழுதுபோக்கு. அவளைப் போல் சுயநலம் பிடித்தவள் யாரும் இருக்க முடியாது. தன் உயிருக்குப் பயந்துதான், ஆக்டியம் போரில் ஆண்டனியை நடுக்கடலில் விட்டுத் திரும்பினாள். நைல் வறண்டுபோகும் சமயங்களில் எகிப்திய மக்கள் பசியில் வாடி நிற்கும் போது, தான் குளிப்பதற்காகக் கழுதைப் பாலைத் தயார் செய்யச் சொல்லும் இரக்கமற்றவள். கிளியோபாட்ரா குறித்து இப்படிச் சொல்பவர்களும் உண்டு.

எகிப்திய மக்களை கிளியோபாட்ரா மனமார நேசித்தாள். கிளியோபாட்ராவின் சகோதரர்களைவிட, அவள்மீதுதான் எகிப்திய மக்கள் அலாதி அன்பு வைத்திருந்தனர். உல்லாசங்களில் அக்கறை காட்டினாலும் மக்கள் நலனிலும் அவள் குறை வைக்கவில்லை. நைல் நதி வறண்டு போன சமயங்களிலும் தன் திறமையான நிர்வாகத்தால், தானியக் கிடங்கு சேமிப்பால், தம் மக்களைக் காப்பாற்றினாள். புத்திக் கூர்மையும் தொலைநோக்குப் பார்வையும் கொண்ட நாகரிக நங்கை. உலகின் மிகச் சிறந்த காதலி. காதலுக்காக எதை வேண்டுமானாலும் செய்யும் தைரியம் கொண்டவள். கிளியோபாட்ராவை இப்படிப் புகழ்பவர்களும் உண்டு.

உலகில் அதிகம் விமரிசிக்கப்பட்ட, சர்ச்சைக்குள்ளான, பல பரிமாணங்களில் விவரிக்கப்பட்ட ஒரு

கிளியோபாட்ரா மார்பிள் சிலை (கி.மு. 40 - 30-ஐச் சேர்ந்தது)

பெண் கிளியோபாட்ரா. மறைந்து சுமார் இரண்டாயிரம் ஆண்டுகள் கடந்த நிலையிலும் கிளியோபாட்ராவின் புகழுக்கோ, அவள் குறித்த கதை, கற்பனைகளுக்கோ, அவள் அழகு குறித்த விவரணைகளுக்கோ, அல்லது அவளை ராட்சசி என்று கோடிட்டுக் காட்டும் நூல்களுக்கோ மதிப்பும் தேவையும் இருந்துகொண்டேதான் இருக்கின்றன.

அவளது பிறப்பு, இருப்பு, இறப்பு, அழகு, காதல், திருமணம், வாரிசுகள் என்று ஒவ்வொன்று குறித்தும் தீராத சர்ச்சைகள்

இன்றுவரை உயிரோடு உலவிக் கொண்டிருக்கின்றன. எதை உண்மை என்று நம்புவது? இந்தப் புத்தகம் எதன் அடிப்படையில் எழுதப்பட்டுள்ளது?

பல நூற்றாண்டுகளுக்கு முன் வாழ்ந்த சரித்திர ஆசிரியர்கள், ஆராய்ச்சியாளர்கள் முதல், இந்த நூற்றாண்டில் வாழ்ந்து கொண்டிருக்கும் வரலாற்றாசிரியர்கள், தொல்பொருள் ஆய்வாளர்கள் வரை கிளியோபாட்ரா குறித்து எழுதி வைக்காதவர்கள், ஆராய்ச்சி செய்யாதவர்கள் சொற்பமே. இந்த நூல் அப்படி பல்வேறு ஆய்வாளர்கள், சரித்திர ஆசிரியர்கள் வழங்கியுள்ள நூல்களின், பார்வைகளின், ஆவணங்களின் அடிப்படையில் கட்டமைக்கப்பட்டுள்ளது. கிளியோபாட்ராவை கதாநாயகி என்றோ, வில்லி என்றோ இனம் பிரிப்பது என் நோக்கமல்ல. அவ்வாறு செய்வது சரியானதும் அல்ல. வரலாறு, திட்டவட்டமான அளவுகோல்களை யாருக்கும் அளிப்பதில்லை.

சரி, கிளியோபாட்ரா நிஜமாகவே பேரழகியா? பதில்கள் பல. கிளியோபாட்ரா அழகிதான். இல்லையில்லை, பேரழகி. அதெல்லாம் இல்லை, வெகு சாதாரணமான தோற்றம் கொண்டவள்தான். இந்த நிமிடம் வரை இது குறித்த சர்ச்சைகள் ஓயவே இல்லை. கிளியோபாட்ராவின் உருவம் பொறிக்கப்பட்ட நாணயங்களும் சரி, பழங்கால சிலைகளும் சரி, அவளை அழகாகக் காட்டவில்லை. கழுகைப் போன்ற வளைந்த மூக்கு, பெரிய காதுகள், அகண்ட தாடை, திரண்ட நீளமான கழுத்து. இப்படி, அழகின் அம்சங்கள் எதுவுமே தென்படவில்லை.

எனில், மாவீரர்களான ஜூலியஸ் சீஸரும், மார்க் ஆண்டனியும் எதனால் அவளிடம் மயங்கிக் கிடந்தார்கள்? ரோமில் அழகான பெண்களே இல்லையா? இல்லை, அவர்கள் போரிட்டு வென்ற இடங்களில் அவர்கள் பார்த்திராத அழகுப் பெண்களா?

கிளியோபாட்ராவின் அழகு, தேகம் சார்ந்தது அல்ல, அவளது ஆளுமையில் மிளிர்ந்தது. மற்றவர்களை வசிகரீக்கும் உடல் மொழி. தான் சொல்வதை மற்றவர்களை ஏற்றுக் கொள்ளச் செய்யும் சொல் வலிமை. எதிரில் இருப்பவர்களைச் செயலிழக்கச் செய்யும் அதிகார தோரணை. அன்பால், காதலால் யாரையும் அடிபணியச் செய்யும் வித்தை. என்ன மாதிரி நடந்துகொண்டால் எந்த காரியம் நடக்கும் என்ற புத்திக்கூர்மை. தவிர அவளது குரல் அத்தனை இனிமையானது, நகைச்சுவையாகப் பேசத் தெரிந்தவள்

நாணயங்களில் கிளியோபாட்ரா

என்று பெரும்பான்மையான சரித்திர ஆசிரியர்கள் பதிந்து வைத்துள்ளார்கள்.

கி.பி. முதலாம் நூற்றாண்டில் வாழ்ந்த சரித்திர ஆசிரியரான புளூடார்ச் (Plutarch), கிளியோபாட்ராவின் அழகை ஏகத்துக்கும் வருணித்து வைத்திருக்கிறார் என்பதையும் கவனத்தில் கொள்ள வேண்டும். அதே சமயம், 'பேரழகி இல்லையென்றாலும் தன் தேகத்தை ஓர் ஆயுதமாகப் பயன்படுத்தி, மற்றவர்களை வீழ்த்தும் தந்திரத்தில் கிளியோபாட்ரா தேர்ந்தவள்' என்கிறார்கள் சில சரித்திர ஆசிரியர்கள். சீஸரைச் சந்திக்க கம்பளத்துக்குள் அமர்ந்து சென்ற கிளியோபாட்ராவின் உடலில் ஆடை எதுவும் கிடையாது என்றும் சொல்கிறார்கள். இன்னொரு குறிப்பும் சுவாரசியமானது. மல்லிகையின் மணம் ஆண்களின் உணர்வுகளைத் தூண்டிவிடக் கூடியது என்பது நிரூபிக்கப்பட்ட உண்மை. மல்லிகை சென்ட் பூசுவது கிளியோபாட்ராவின் வழக்கம். ஆண்டனி, அரசி கிளியோபாட்ராவைச் சந்திக்கும்போது அவள் மல்லிகை சென்ட் பூசியிருந்தாளாம்.

'இரண்டு மாபெரும் தளபதிகள். தம் ராஜ்ஜியத்தை மறந்து, தம் மனைவியை, மக்களை மறந்து, தான் யார் என்பதையே மறந்து, வீரம், விவேகம் எல்லாம் மறந்து, தம் கடமைகளைத் துறந்து, காதலியே கதி என்று கிளியோபாட்ராவிடம் சரணடைந்து கிடந்தார்கள் என்றால் அவள் சாதாரணமானவளாக இருக்கவே முடியாது, எப்படிப்பட்ட பேரழகியாக இருக்க வேண்டும்' என்ற விவாதம் இன்றுவரை உயிரோடு இருக்கிறது. 'ஓர் ஆணை வீழ்த்த பேரழகியாக இருக்க வேண்டும் என்ற அவசியமே இல்லை' - இப்படிப்பட்ட எதிர் விவாதமும் மரிக்கவில்லை.

இருந்தாலும் சீஸர், ஆண்டனி என்ற இரண்டு மாபெரும் ஆளுமைகளை வீழ்த்த அழகு என்ற ஒற்றை ஆயுதம் மட்டும் போதாதே. எகிப்தின் அரசி என்பதைக்கூட கூடுதல் தகுதியாக மட்டுமே சொல்ல முடியும். இவை எல்லாவற்றையும் மிஞ்சும், அடுத்தவர்களை மயக்கும் வசீகரம் கிளியோபாட்ராவிடம் இருந்தது என்பதை ஒப்புக்கொள்ளத்தான்

வேண்டும். இதைத்தவிர இன்னொரு கருத்தும் உண்டு. அழகு என்பது குறித்த கண்ணோட்டம் காலம் காலமாக மாறிக் கொண்டே வருவது. அந்தக் காலத்தில் அழகு என்று

கி.மு. முதல் நூற்றாண்டைச் சேர்ந்த கிளியோபாட்ரா சிலை

வரலாற்றாளர்கள் எழுதி வைத்திருப்பதெல்லாம் நம்முடைய இப்போதைய அழகு வரையறைக்குள் வராததாக இருக்கலாம்.

கிளியோபாட்ராதான் உலகின் மிகச் சிறந்த அழகி என்று மிகைப்படுத்திச் சொல்லும் கருத்துகள் கடந்த இரு நூற்றாண்டுகளில்தான் அதிகம் வெளிவந்திருக்கின்றன. வியாபாரிகள், அழகு சாதனப் பொருள்கள் முதல் பெண்களுக்கான பல விஷயங்களை 'மார்க்கெட்' செய்ய கிளியோபாட்ரா என்ற மாய பிம்பத்தைப் பெரிய அளவில் உபயோகப் படுத்தியிருக்கிறார்கள். அதுவே பின் அழகி என்றால் கிளியோபாட்ராவுடன் ஒப்பிட்டு வருணிக்கும் மன நிலையை உலகெங்கும் உருவாக்கிவிட்டது. அதில் ஹாலிவுட்டில் கிளியோபாட்ராவாக நடித்த எலிசபெத் டெய்லருக்கும் ஒரு பங்கு உண்டு.

ஆப்பிரிக்க கண்டத்திலுள்ள எகிப்தின் அரசி என்பதால் கிளியோபாட்ரா கருப்பு நிற முடையவள் என்ற கருத்தும் உண்டு. ஆனால் அவள் சார்ந்த தால்மியின் பரம்பரை என்பது கிரேக்கத்தை மூலாதாரமாகக் கொண்டது. தவிர, தால்மிக்கள் அனைவருமே பெரும்

பாலும் தம் ரத்த உறவுகளுக்குள்ளேயே திருமணம் செய்து கொண்டார்கள் என்ற பட்சத்தில் கிளியோபாட்ரா, கருப்பாக இருந்திருக்க வாய்ப்பில்லை.

கிளியோபாட்ரா மட்டுமல்ல, அவளைச் சார்ந்தவர்கள் அனைவருமே முறையில்லாத உறவு குறித்து கவலைப்படவில்லை. அலெக்ஸாண்ட்ரியன்கள் அனைவருமே இந்த விஷயத்தில் ஒழுக்கக்கேடு நிறைந்தவர்தாம். முறையான கலாசாரமற்றவர்கள். மூக்கு முட்ட மது அருந்திவிட்டு, விடிய விடிய இன்பங்களில் திளைத்திருப்பதே அவர்களது வழக்கம் என்பது ஐரோப்பிய ஆசிரியர்கள் பதிவு செய்துள்ள பொதுவான கருத்து.

அரசியான கிளியோபாட்ராவின் கணவர்களாக அறியப்படுபவர்கள் அவளது சகோதரர்களான தால்மிக்கள். காதலர்களாக அறியப்படுபவர்கள் சீஸரும் ஆண்டனியும். ஆனால் பெயர் தெரியாத காதலர்கள் எக்கச்சக்கம். தன் தேவை தீர்ந்த பின், அந்தத் தாற்காலிகக் காதலர்களைக் கொல்லச் சொல்லி உத்தரவிடுவாள் கிளியோபாட்ரா. தன் சுகங்களுக்காகவும் சிற்றின்பங்களுக்காகவும் அரசின் வருமானத்தை எல்லாம் கணக்கு வழக்கில்லாமல் செலவிட்டாள். இது ரோமானியர்களின் பார்வை. ஆனால் எகிப்திய மக்கள், தம் அரசியை தெய்வமாக வணங்கியதை மறுக்க இயலாது.

சரி, கிளியோபாட்ரா ஜூலியஸ் சீஸரைத் திருமணம் செய்து கொண்டாளா?

அது குறித்த தெளிவான தகவல்கள் இல்லை. ரோமில் அனைவர் முன்னிலையிலும் கிளியோபாட்ராவைத் தன் அதிகாரபூர்வ மனைவியாக அறிவிக்க வேண்டும் என்பது சீஸரின் ஆசை. அது நடக்கவில்லை.

ஆனால் மார்க் ஆண்டனி, கிளியோபாட்ராவின் திருமணம் எகிப்திய கலாசாரப்படி கி.மு. 37ல் நடந்திருக்கலாம் என்று நம்பப்படுகிறது. இந்தத் திருமணத்துக்குப் பிறகுதான் ஆண்டனி, கிளியோபாட்ராவின் கடைசி வாரிசான பதினாறாம் தால்மி பிலடெல்பியஸ் பிறந்தான். இதுவும் ரோமானியர்களால் அங்கீகரிக்கப்படாத திருமணமே.

கிளியோபாட்ரா தற்கொலை செய்துகொண்ட விதம் குறித்து சர்ச்சைகள் உண்டு. எகிப்தியன் கோப்ரா என்ற பெயரால்

அழைக்கப்படும் Naja வகைப் பாம்பைத் தன் மார்பில் கடிக்க வைத்து கிளியோபாட்ரா இறந்துபோனதாக புளூடார்ச் உள்ளிட்ட பல சரித்திர ஆசிரியர்கள் கூறியுள்ளனர். பழங்கால ஓவியங்கள் முதற்கொண்டு பல ஓவியங்களில், இறந்துகிடக்கும் கிளியோ பாட்ராவின் திறந்த மார்பில் பாம்பு ஒன்று ஊர்ந்து செல்லும் விதமாகவோ, அவள் கையில் பாம்பைப் பற்றியிருக்கும் விதமாகவோதான் வரையப்பட்டுள்ளன. பாம்பு கடித்தது மார்பில் அல்ல, கிளியோபாட்ராவின் கையில் என்பது சிலரது வாதம்.

இதற்கான எதிர்க் கருத்துக்களும் உள்ளன. கிளியோபாட்ரா தற்கொலைதான் செய்து கொண்டாள். ஆனால் எகிப்திய கோப்ரா வகை பாம்பு கடித்தால் விஷம் மெதுவாகத்தான் உடலில் பரவும். உடனடி மரணம் நிகழாது. தவிர, பழக்கூடையில் மறைத்து வைத்துக் கொண்டு வரும் அளவுக்கு அது சிறிய வகைப் பாம்பும் அல்ல, குறைந்தபட்சம் ஐந்தடியாவது இருக்கும்.

விஷம் தடவப்பட்ட தங்க ஊசிகளைத் தன் மணிக்கட்டில் குத்திக் கொண்டு இறந்தாள் என்னும் கருத்தும் உண்டு. இறந்து கிடந்த கிளியோபாட்ராவின் உடலைச் சோதனையிட்ட ஆக்டேவியஸ், அவளது கையில் இரு மெல்லிய துளைகளைக் கண்டதாகவும் குறிப்புகள் உள்ளன. தான் இறந்தவிதம் குறித்து யாரும் எதுவும் கண்டுபிடித்து விடக்கூடாது என்பதற்காக, கிளியோபாட்ரா தன் உச்சத்தலையில் விஷம் தோய்ந்த தங்க ஊசியால் குத்திக் கொண்டாள் என்பது சிலரது வாதம்.

ஷேக்ஸ்பியர் உள்ளிட்ட சிலர், கிளியோபாட்ரா மார்பில் ஒன்று, கையில் ஒன்று என்ற இரண்டு பாம்புகளைக் கடிக்க விட்டு தற்கொலை செய்துகொண்டதாக எழுதியுள்ளனர். தன் இறுதி நிமிடங்களில் கடவுள் ஐஸிஸ் போல தன்னை அலங்கரித்துக் கொண்ட கிளியோபாட்ரா, பாம்புக் கடியின் மூலம் இறந்தால் தன்னை புதிய ஐஸிஸாக மக்கள் என்றென்றும் நினைவில் வைத்திருப்பார்கள் என நம்பினாள் என்றும் சொல்கிறார்கள்.

ஜெர்மனியைச் சார்ந்த சரித்திர ஆசிரியர் Christoph Schaefer, வேறொரு கோணத்தில் தம் கருத்துகளை முன் வைக்கிறார். ‘கிளியோபாட்ரா தன் உடல் அழகைப் போற்றிப் பாதுகாத்தவள். பாம்பை உடலில் கடிக்கவிட்டு, உடலெங்கும் நீலமாகிக் கொடூர மாக வலியோடு இறந்துபோவதை அவள் ஒருபோதும் விரும்பி

இருக்க மாட்டாள். அவள், ஹெம்லாக் என்ற தாவரத்தின் கொடூர விஷத்தை, ஓபியத்தில் கலந்து சாப்பிட்டு இருக்கலாம். அது உடனடி மரணத்தைத் தரக்கூடியது.'

கிளியோபாட்ராவோடு தற்கொலை செய்துகொண்ட இரு பணிப்பெண்களில் பெயர் இராஸ், சார்மியோன் என்று புளூடார்ச் குறிப்பிட்டுஉள்ளார். ஆக்டேவியஸின் வீரர்கள் அறைக்குள் வேகமாக நுழையும்போதே கிளியோபாட்ராவும் அவள் காலடியில் இராஸூம் இறந்து போயிருந்தார்கள். வீரர்கள் முன்பாக சார்மியோன் இறந்துபோனாள். இரு பணிப் பெண்களும் எப்படி இறந்துபோனார்கள் என்பது குறித்த தகவல் இல்லை.

இந்த இருவர் தவிர கிளியோபாட்ராவுக்கு அதிக காலம் பணி விடை செய்தவர், மார்டியன். இவர் ஒரு திருநங்கை. கிளியோ பாட்ராவின் பால்ய காலம் முதல் நட்புடன் இருந்தவர். அவளோடு சேர்ந்து மார்டியனும் கல்வி கற்றதாகக் குறிப்புகள் உள்ளன. நம்பிக்கைக்குரியவர், அவளது ஆலோசகராகவும் செயல்பட்டவர். கிளியோபாட்ரா இறந்து விட்டதாக ஆண்டனியிடம் போய்ச் சொன்னது மார்டியன்தான் என்கிறது ஷேக்ஸ்பியரின் Antony and Cleopatra. அதற்குப் பிறகே ஆண்டனி தற்கொலைக்கு முயற்சி செய்கிறார். கிளியோபாட்ரா தற்கொலை செய்துகொள்ளும் சமயத்தில் நம்பிக்கைக்குரிய மார்டியன் உடன் இருந்ததாக யாருமே எழுதவில்லை. மார்டியனின் முடிவு குறித்த தகவல்களும் இல்லை.

மார்க் ஆண்டனியுடன் சேர்த்து கிளியோபாட்ராவின் உடல் புதைக்கப்பட்டது என்பது

புளூடார்ச்சின் கூற்று. கிளியோபாட்ரா, தனக்கென கட்டி வைத்திருந்த கல்லறையில்தான் அவளைப் புதைத்தார்கள் என்று சொல்பவர்களும் உண்டு. சரி, அந்தக் கல்லறை இப்போது எங்கே? பண்டைய அலெக்ஸாண்ட்ரியாவின் பல பகுதிகள் கடலில் மூழ்கிவிட்டன. அதில் கிளியோபாட்ராவின் கல்லறையும் இருக்கலாம் என்று நம்பப்படுகிறது. ஆராய்ச்சிகள் நடந்து வருகின்றன.

கிளியோபாட்ரா தன்னைக் கடவுள் ஐஸிஸாகவும், மார்க் ஆண்டனியைக் கடவுள் ஓஸிரிஸாகவுமே அழைத்துக்

கொண்டாள். அலெக்ஸாண்ட்ரியாவுக்கு மேற்கில் 45 மைல்கள் தொலைவில் Taposiris Magna என்ற ஐஸிஸ், ஓஸரிஸ் கோயில் அமைந்துள்ளது. தற்போது சிதைந்த நிலையில் இருக்கும் அந்தக் கோயிலில்தான் கிளியோபாட்ரா, ஆண்டனி புதைக்கப் பட்டிருக்க வேண்டும் என்பது டொமினிக் குடியரசைச் சேர்ந்த தொல்பொருள் ஆய்வாளர் Kathleen Martinez என்பவரது கருத்து. கடந்த சில வருடங்களாக Taposiris Magna கோயிலில் தீவிர தொல்லியல் ஆராய்ச்சிகள் நடந்து வருகின்றன. ஆண்டனி, கிளியோபாட்ராவின் உருவங்கள் பொறிக்கபட்ட நாணயங்கள், சிறிய சிலைகள் உள்ளிட்ட ஆதாரங்கள் கிடைத்திருக்கின்றன. அதுதான் கிளியோபாட்ராவின் கல்லறை என்று நிரூபிக்கப்பட் டால், உலகின் மிகப்பெரிய தொல்லியல் கண்டுபிடிப்பாக அமைவதற்குக் கூட வாய்ப்பு இருக்கிறது.

பிரெஞ்சு தத்துவ அறிஞர் பிளெய்ஸ் பாஸ்கல் சொன்னதாக ஒரு கூற்று உண்டு. Had Cleopatra's nose been shorter, the face of the world would have changed. இதன் மூலம் புரிந்துகொள்ளப்பட வேண்டியது? கிளியோபாட்ராவுக்குச் சப்பை மூக்காக இருந் திருந்தால், ஜூலியஸ் சீஸரோ, மார்க் ஆண்டனியோ அவளிடம் மயங்கி காதலில் விழுந்திருக்க மாட்டார்கள். ரோமின் சரித்திரம் வேறு மாதிரி இருந்திருக்கும். அவர்களுக்கு கிளியோபாட்ராவின் பெரிய மூக்குதான் அழகாகத் தெரிந்ததுபோல.

இதேபோல இன்னொரு விஷயத்தையும் யோசிக்க வேண்டி யிருக்கிறது. கிளியோபாட்ரா தற்கொலை செய்துகொள்வதற்கு முன் ஆக்டேவியஸ் அவளைச் சந்தித்திருந்தாலும் வரலாறு மாறியிருக்கக்கூடும். ஆக்டேவியஸூம் அவளது காதலன் ஆகியிருக்கக்கூடும்.

உதவியவை

புத்தகங்கள் :

The History of Cleopatra, Queen of Egypt by Jacob Abbott - Harper & Brothers Publishers, New York.

Cleopatra : Histories, Dreams and Distortions by Lucy Hughes-Hallett - Vintage Editon. 1991.

Cleopatra - A Source Book by Prudence J. Jones - University of Oklahoma Press : Norman. 2006.

Ancient World Leaders - Cleopatra by Ron Miller and Sommer Browning - Chelsea House, An imprint of Infobase Publishing. 2008.

Cleopatra - A Biography by Duane W. Roller - Oxford University Press. 2010.

Cleopatra and Rome by Diana E. E. Kleiner The Belknap Press of Harvard University Press. 2005.

Cleopartra - Last Queen of Egypt by Joyce Tyldesley - Profile Books Limited. 2008.

A Smaller Histroy of Rome by William Smith, With a continuation to A.D. 479, by Eugene Lawrence - Harper & Brothers, Publishers, New York. 1889.

Egyptian Myth: A Very Short Introduction by Geraldine Pinch - Oxford University Press. 2004.

History of the Roman Empire by Thomas Keightley - Boston: Hilliard, Gray and Company. 1841.

The Region of Cleopatra by Stanley M. Burstein - Greenwood Press, London. 2004.

ஆவணப் படங்கள் :

Cleopartra's Palace - In Search of a Legend, Directed by Jane Armstrong - For Discovery Channel. 1998.

The Real Cleopatra - The Great Egyptians, Peter Spry, Leverton.

Cleopatra - A Portrait of a Killer - Directed by Paul Elston - Lion TV, BBC - 2009.

Cleopatra (1963) - Directed by Joseph L. Mankiewicz.

இணையத் தளங்கள் :

http://www.livius.org/aj-al/alexander/alexander_t28.html

http://www.livius.org/caa-can/caesar/caesar_t09.html

http://www.livius.org/ps-pz/ptolemies/ptolemy_i_soter.htm

http://www.livius.org/ps-pz/ptolemies/ptolemy_i_soter4.html

http://militaryhistory.about.com/od/battleswarsto1000/p/pharsalus.htm

http://www.kingtutone.com/queens/cleopatra/caesar/

http://www.kingtutshop.com/freeinfo/cleopatra.htm

http://en.wikipedia.org/wiki/Cleopatra_VII

http://en.wikipedia.org/wiki/Julius_Caesar

http://en.wikipedia.org/wiki/Mark_Antony

http://en.wikipedia.org/wiki/Augustus

http://en.wikipedia.org/wiki/Asses%27_milk_%28Donkey%27s_milk%29

http://en.wikipedia.org/wiki/Roman_Republic#Consuls.2C_praetors.2C_censors.2C_aediles.2C_quaestors.2C_tribunes.2C_and_dictators

http://en.wikipedia.org/wiki/Assassination_of_Julius_Caesar

http://www.infoplease.com/ce6/people/A0857103.html #ixzz12mzVX5tg

http://www.buzzle.com/articles/interesting-facts-about-cleopatra.html

http://news.nationalpost.com/2010/06/29/new-research-says-cleopatra-died-of-a-drug-overdose/#ixzz14ncK0H7o

http://www.helium.com/items/1258025-historical-myth-surrounding-the-image-of-cleopatra

http://news.nationalgeographic.com/news/2007/02/070215-cleopatra.html

http://searchwarp.com/swa238628.htm

http://penelope.uchicago.edu/~grout/encyclopaedia_romana/miscellanea/cleopatra/rixens.html

http://everything2.com/title/Mardian

http://www.vroma.org/~bmcmanus/antony.html